கிருஷ்ணரின் வெண்ணெய்

சாதனை படைக்கும் மாணவர்களுக்கு

Dr. பாவனா படே

தமிழாக்கம் : திருமதி. சாந்தி விவேக்ராஜா

KRISHNARIN VENNEI
SATHANAI PADAIKKUM MANAVARKALUKKU

Tamil

Krishnarin Vennei - Sathanai padaikkum Manavarkalukku
by
Dr. Bhawana A Badhe
Translated by
Santhi Vivekraja

Published by

Midam Foundation
Midam Ashram
RS No. 144/5 Earikkarai Road
Kothapurinatham Village,
Puducherry- 605102

Type Setting and Layout
PAGE VIEW Book Designers

ISBN Number: 978-81-943838-4-0

Images and Art by - Smt. Priti Pandurangan, Sri P. Aroul Vendhan

Rs. **153**/-

நன்றியுரை

"கிருஷ்ணரின் வெண்ணெய் - சாதனை படைக்கும் மாணவர்களுக்கு" என்ற இந்த புத்தகத்தை தமிழ் மொழியில் ஒரு மாத காலத்திற்குள் சிறப்பாக மொழி பெயர்த்துக்கொடுத்த திருமதி. சாந்தி விவேக்ராஜா, சென்னை அவர்களுக்கு மிடாம் தொண்டு அறக்கட்டளை சார்பாக எனது நன்றியைத் தெரிவித்துக் கொள்கிறேன். தேவையான உதவியுடன் இந்த பணியை முடிக்க அவர்களுக்கு ஆதரவளித்த அவரது நண்பர் திருமதி ஷீலா சேகர், கண்காணிப்பாளர் (ஓய்வு), GST பிரிவு, மத்திய கலால் துறை, பாண்டிச்சேரி அவர்களுக்கும் மற்றும் மொழிபெயர்ப்பாளரின் கணவர் முனைவர் பெ.விவேக்ராஜா, பேராசிரியர் & துறைத்தலைவர் (ஓய்வு), விலங்கியல் துறை, மாநிலக் கல்லூரி, சென்னை அவர்களுக்கும் எனது நன்றியைத் தெரிவித்துக்கொள்கிறேன்.

இப்புத்தகத்தின் மொழிபெயர்ப்பை நுட்பமாக வாசித்து, உறுதிபடுத்தி பிழைகளை திருத்தம் செய்து மேம்படுத்த உதவிய முனைவர் செ. சுப்பிரமணியன், பேராசிரியர் (ஓய்வு) தமிழ்த்துறை, மாநிலக் கல்லூரி, சென்னை அவர்களுக்கும் என்னுடைய சிறப்பான நன்றியைத் தெரிவித்துக் கொள்கிறேன்.

மிடாம் தொண்டு அறக்கட்டளைக்காக
திரு. M.R. டாம்லே
நிர்வாக அறங்காவலர் & தலைவர்

ஆசிரியரின் குறிப்பு

பகவத் கீதையைப் பற்றிய ஞானம் அனைத்து குழந்தைகளையும் சென்றடைய வேண்டும் என்பதே என்னுடைய நீண்டகால விருப்பமாகும். ஆனால், அதை எவ்வாறு நடைமுறைப்படுத்துவது என்று யோசித்தேன். ஏனென்றால், கீதையின் கருத்துரு இளம் குழந்தைகளின் அறிவுக்கு எட்டமுடியாத உயரத்தில் உள்ளது. எனவே, நான் என்னுடைய ஆசிரியர் திரு. M.R. டாம்லே அவர்களிடம் கீதையிலுள்ள தெய்வத்திறனுள்ள எழுத்துக்களில் பொதிந்துள்ள உயர்தரமான கருத்துக்களை, இளம் குழந்தைகள் எளிதில் புரிந்து கொள்ளும் அளவிற்கு எளிதாக்குவதற்கு உதவும்படி கோரினேன். அவர் கூறிய வழிகாட்டுதலின் படி என்னுடைய மதிய நேர உணவு ஓய்வு நேரங்களில், பாண்டிச்சேரியில் உள்ள வித்யா நிகேதன் பள்ளியின் 9-ஆம் வகுப்பு மாணவர்களுக்கு பகவத் கீதையை எளிய முறையில் கற்பிக்கத் தொடங்கினேன். இரண்டு தொகுதி மாணவர்களுக்கு கீதையைப்பற்றிய பாடங்களை நடத்தி முடித்தவுடன், சில மாணவர்கள் அதைப் புத்தகமாக எழுதுமாறு வேண்டிக் கொண்டார்கள். அதன்படி நான் எழுதிய புத்தகத்திற்கு நான் நடத்திய விரிவுரைகளின் குறிப்புகளின் தொகுப்பே அடித்தளமாக அமைந்தது. கீதை சம்மந்தமாக இன்றைய உலகிற்குத் தேவையான பொருத்தமான செய்திகளை எனது ஆசிரியர் எடுத்துரைத்தபடி உங்களுக்குக் கூறுகிறேன்.

சமுதாயத்திலுள்ள அனைத்து பிரிவு மக்களும் மனதில் ஏற்றுக்கொள்ளும் கொள்கைகளின் தொகுப்பே கீதையாகும். இதைக் கற்பித்தால் இது ஒரு முனிவனை மாமுனிவனாகவும், ஒரு போர் வீரனை, மகா வீரனாகவும், ஒரு வியாபாரியை மிகச் சிறந்த வியாபாரியாகவும், ஒரு அரசியல்வாதியை மிகச் சிறந்த அரசியல்வாதியாகவும், ஒரு ஆசிரியரை மிகச் சிறந்த ஆசிரியராகவும், ஒரு மாணவனை மிகச் சிறந்த மாணவனாகவும் உயர்த்த முடியும்.

குழந்தைகளே, பகவத் கீதை கலை மற்றும் அறிவியல் வாழ்வில் ஒரு காலவரையரையற்ற புத்தகம். வாழ்வின் சரியான அணுகுமுறையை நாம் புரிந்து கொண்டால் அது நம் வாழ்வையே மாற்றம் அடையச் செய்யும். கீதை நம் வாழ்வில் இம் மாற்றத்தைக் கொண்டு வருவதற்கு உதவுகிறது. கீதை சிறந்த ஒரு ஆசிரியராக கிருஷ்ணரை மேற்கோள் காட்டி நமக்கு அறிமுகப்படுத்துகிறது.

உண்மையான மாணவனுக்கு உதாராணமான அர்ஜுனன், வாழ்க்கை பற்றிய முக்கியமான கேள்விகளை கிருஷ்ணரிடம் கேட்கிறான். அதற்கு கிருஷ்ணர், வாழ்விற்கு மிகவும் சிறப்பான வழி மிகச் சிறந்த மாணவனாக மாறுவதே என்று அர்ஜுனனுக்கு உபதேசித்தார். இந்த மனப்பான்மையை நம்முள் வளர்த்து, வாழ்க்கை முழுவதும் சிறந்த மாணவனாகவே இருக்க வேண்டும் என விரும்பினால் நம் வாழ்வு மிகவும் சிறப்பானதாக மாறிவிடும்.

குருஷேத்திரத்தில் நடைபெற்ற மிகப் பெரிய போரின் நடுவில் கிருஷ்ணர் அர்ஜுனனுக்குக் கூறிய உபதேசமே பகவத்கீதையாகும். இந்த புத்தகம், கிருஷ்ணரின் வார்த்தைகளை புரிந்து கொண்ட உண்மையான மாணவர்களுக்கு அர்ப்பணம் செய்யப்படுகிறது. இப்புத்தகத்தின் உண்மையான நோக்கம் இன்றைய குழந்தைகள் அனைவரும் மிகச்சிறந்த மாணவர்களாக மாறவேண்டும் என்பதேயாகும்.

நாளைய நம்நாடு, இன்றைய வகுப்பறையில் உள்ளது. எனவே இன்றைய குழந்தைகள் நாளைய நிகழ்வுகளுக்கு முக்கிய பங்கு வகிப்பார்கள். பெற்றோர், ஆசிரியர், சமூகம் மற்றும் உலகமக்கள் அனைவரையும் எவ்வாறு கையாள்வது என்பது பற்றிய நடைமுறைத் தத்துவங்களை மாணவர்கள் எளிதில் புரிந்து கொள்ள பகவத் கீதையின், சில முக்கியமான மற்றும் மாணவர்களுக்குத் தேவையான சில பாடல்களைத் தேர்வு செய்து கொடுத்துள்ளேன்.

எளிதில் புரிந்து கொள்வதற்கு ஏதுவாக, சில சுலோகங்களை இப்புத்தகத்தில் கொடுப்பதற்கு முயற்சி

செய்துள்ளேன். இன்றைய குழந்தைகளுக்கு மிகவும் பொருத்தமான முக்கிய சுலோகங்களை நான் தேர்வு செய்துள்ளேன்.

இந்த கீதா பாடத்தில் உள்ள செய்திகளை விரும்பிப் படிக்கும் மாணவர்களிடம் நான் உண்மையாகக் கூற விரும்புவது என்னவென்றால், இதை நாம் "கீதா பிரசாதம்" என அழைக்கலாம் ஏனெனில், இதில் நம் வாழ்வை முழுமையாக மாற்றுவதற்கான அனைத்து ஆற்றல் வளமும் காணப்படுகிறது.

Dr. பாவனா படே
ஆசிரியர்

மதிப்புரை

வெவ்வேறு வண்ணங்களுடன் முழுமையாக வரையப்பட்ட ஆக்கப்பூர்வமான கதையை, பாட்டி தன் பேரக்குழந்தைகளுக்குச் சொல்வது போல திருமதி. பாவனா படே, மிகவும் ஆழமான பாடமான பகவத்கீதையை குழந்தைகளுக்கு விளக்குவதற்கு முயற்சி செய்துள்ளார். பகவத்கீதை 700 சுலோகங்களைக் கொண்டது. பொதுவாக 40 வயதுக்கு மேற்பட்ட மனிதர்கள் மட்டுமே இதைப் படிப்பதற்கு எடுத்துக்கொள்வார்கள். ஆனால், குழந்தைகளின் குணங்களை மேம்படுத்துவதற்கு இது உதவியாக இருக்கும் என்ற ஆசிரியரின் எண்ணம் மிகவும் உயர்வானது மற்றும் பாராட்டத்தக்கது. ஆசிரியர் 700 சுலோகங்களிலிருந்து 99 சுலோகங்களை மட்டும் தேர்வு செய்து அது எவ்வாறு குழந்தைகளுக்கு பயனுள்ளதாக இருக்கும் என்பதை சாதாரண எளிய வார்த்தைகளினால் விளக்கியுள்ளார்.

கீதையின் மிகவும் முக்கியமான செய்தியாதெனில், "படித்து, கற்பித்து பின்னர் கீதையின் உபதேசத்தின்படி வாழ்ந்து காட்டு" என்பதாகும்.

இதன் பொருள், சிறந்த மாணவன் அர்ஜுனன் போல இருக்க வேண்டும். நடைமுறையில் இக்கொள்கைகளைப் பயன்படுத்தி மற்றவர்களுக்கு இதைக் கற்பிக்க வேண்டும். இந்த அழகான செய்தி ஆசிரியர் மாணவர் உறவுகளை எவ்வாறு வலுப்படுத்த முடியும் என்பதைக் காட்டுகிறது. இதை ஆசிரியர் இந்தப்புத்தகத்தில் மிகவும் எளிமையாக கூறுகிறார்.

போர் வீரனாகவும், மாணவனாகவும் இருக்கும் அர்ஜுனன் முழுமையாக உணர்ச்சி வசப்பட்டு மனநிம்மதி இழந்த நிலையில், தன்னுடைய ஆசிரியரிடமிருந்து சரியான வழிகாட்டுதல் பெறவேண்டும் என்று தன் மனதில் முடிவு செய்து கொண்டான். மிகவும் சிக்கலான சூழ்நிலைகளிலும் நாம் நம் உள்வலிமையை இயக்கி சரியான முடிவை எடுக்கலாம் என்பதை சுலோகங்களின் சரியான விளக்கங்கள் மூலம் ஆசிரியர் மிகவும் நேர்த்தியாக எழுதியுள்ளார்.

இந்தப் புத்தகத்தில் கர்மயோகம் கீழ்க்கண்டவாறு விளக்கப்பட்டுள்ளது "முழுமையான அர்ப்பணிப்புடன் நம் கடமைகளைச் செய்தால் பற்றின்மை இன்னும் சிறப்பான நிலையை அடையும்". குழந்தைகள் தங்கள் உடல் திறன்களையும், அறிவையும் உயர்த்துவதற்கு முயற்சிக்கும் போது அவர்கள் இதை மனதில் கொள்ள வேண்டும். உணர்ச்சிகளை விட மனது மேலானது, மனதை விட ஞானம் மேலானது இவை அனைத்திற்கும் மேல் உயர்ந்தது அழிவற்ற ஆத்மா என்பதால் நாம் இந்த திசையில் பயனிக்க வேண்டும்.

ஒரு தனி மனிதனின் முன்னேற்றத்தில் கவனம் செலுத்திய பிறகு தற்போதைய நேரத்தின் தேவை உலகளாவிய கண்ணோட்டத்துடன் உலக மாணவராக இருக்க வேண்டும் என்பதே. இதை அவர் கீழ்க்கண்டவாறு சுலோகங்கள் மூலம் விளக்குகிறார். "உறங்குதல், உண்ணுதல், விழித்திருத்தல் மற்றும் உழைத்தல் ஆகிய பழக்கங்களை நெறிப் படுத்துவதன் மூலம் யோக நிலையை அடைய முடியும்".

தெய்வத்தின் மீது உள்ள வலுவான பக்தியைப் பற்றி குழந்தைகள் கற்றுக் கொள்ளும் பொழுது அவர்கள் தெய்வீக குணங்களைப் பற்றிய அறிவைப் பெறத் தொடங்குவார்கள். மேற்கூறிய இந்த கட்டமைப்பு மிகவும் சிறந்தது. குழந்தைகள் தங்களைப் பற்றி சுயஆய்வு மேற்க்கொள்ளும் போது அவர்களின் இயல்பான சத்வ, ரஜாஸ், தமாஸ் ஆகிய குணங்களை அடையாளம் கண்டு கொள்வார்கள். அத்தகைய இயல்பை பொறுத்து அவர்கள் எவ்வாறு முன்னேற முடியும் என்பது இந்த புத்தகத்தில் நன்றாக விளக்கப்பட்டுள்ளது. ஆலோசகர்களும், உளவியலாளர்களும் தங்கள் ஆலோசனையின் போது குழந்தைகளுக்கு வழிகாட்டுவது போல கீதையின் சுலோகங்கள் மூலம் அதே மாதிரியான வழிகாட்டுதல் வழங்கப்பட்டுள்ளது.

அர்ஜுனன் கற்றுக் கொண்டது போலவே இந்த முழுகற்றல் செயல்முறைகளை ஒவ்வொரு மாணவனும் கற்றுக்கொள்ள வேண்டும் என்பதை ஆசிரியர் மிகவும் நன்றாக விளக்கியுள்ளார். அவன் / அவள் முதலில் தனக்கு முன்னே உள்ள சூழ்நிலைகளை பகுப்பாய்வு செய்து, அதை

எவ்வாறு கையாள வேண்டும் என்பதை முடிவு செய்து பின்னர் செயல்களைத் தொடர வேண்டும்.

இந்த புத்தகத்தை டாக்டர். பாவனா படே அவர்கள் அவர்களுடைய குரு திரு. மதுசூதனன் டாம்லி என்பவரின் வழிகாட்டுதலுடன் எழுதியுள்ளது மிகவும் பாராட்டத்தக்கது. இந்த மாபெரும் சாதனையைப் புகழ்வதற்கு வார்த்தைகள் இல்லை.

இப்பத்தகத்தின் ஆசிரியருக்கு என் நெஞ்சம் நிறைந்த வாழ்த்துக்களை மீண்டும்' கூறிக் கொள்வதுடன், இப்புத்தகத்தை "தலைமைத்திறவுகோள்" என அழைக்கிறேன். மேலும், குழந்தைகளே நீங்கள் இப்புத்தகத்தைப் பெற்றுக் கொண்டு அதை உங்கள் வாழ்வின் "கீதா பிரசாதம்" ஆக ஏற்றுக் கொள்ளுமாறு கேட்டுக் கொள்கிறேன்.

கன்ட்வி குருஜி
தலைவர்,
யோகபயாசா மண்டல் இன்டர்நேஷ்னல்
யோகா கல்வி நிலையம், நாக்பூர், மஹாராஸ்ட்ரா.

பொருளடக்கம்

முன்னுரை

போர் ஆரம்பம்

இந்தியாவின் மாபெரும் காவியமான மஹாபாரதம் சமஸ்கிருதம் மொழியில் ஒரு இலட்சம் பாடல்களாகப் பாடப்பட்ட காவியம். இதை இயற்றியவர் பெருமை வாய்ந்த முனிவர் வியாசர் ஆவார். இது பதினெட்டு பருவங்கள் / பாகங்கள் கொண்டது. பீஷ்ம பருவத்தில் அமைந்துள்ள பகவத்கீதை 700 பாடல்களைக் கொண்டது. பகவத் கீதையும் பதினெட்டு அத்தியாயங்களைக் கொண்டது.

குரு வம்சத்தைச் சேர்ந்த இரண்டு பிரிவுகளான கௌரவர்கள், பாண்டவர்களின் படைகள் அஸ்தினாபுரத்தின் (தற்காலிக டில்லி) அருகிலுள்ள குருஷேத்திரம் என்ற போர்க்களத்தில் யுத்தம் செய்யக் கூடி இருந்தனர். பார்வையற்ற பேரரசர் திருதராஷ்டிரன் தன்னுடைய அரியணையை தீயகுணங்கள் கொண்ட தனது மகன் துரியோதனனுக்கு கொடுக்காமல் நற்குணங்களை கொண்ட பாண்டவர்களின் மூத்தவரான யுதிஷ்டிரனுக்கு அளிக்க விரும்பினான். துரியோதன் தந்திரமாக அரியணையை தனதாக்கிக் கொண்டு பல்வேறு விதமான மோசடிகளாலும், வஞ்சக சூழ்ச்சியாலும்; தூய்மை மற்றும் நல்லொழுக்கம் ஆகிய தெய்வீக பண்புகள் நிறைந்த பாண்டவர்களை அழிக்க முயற்சிக்கிறான்.

குரு வம்சத்திற்கு நடுநிலை தவறாத நண்பனான பகவான் கிருஷ்ணர் துரியோதனனிடம் சென்று பாண்டவர்களுக்கு ஐந்து சிறிய கிராமங்களையாவது கொடுக்குமாறு பரிந்துரைத்தார். ஆனால் துரியோதனன் ஒரு குண்டூசி நுனி அளவு நிலம் கூட பாண்டவர்களுக்குத் தரமாட்டேன் என்று மறுத்தான். அதுவே குருஷேத்திரத்தில் நடைப்பெற்ற பெரும் போருக்கு வழிவகுத்தது. அனைத்து அரசர்கள், மாவீரர்கள் மற்றும் ஆசிரியர்கள் அவரவர்களுக்கு விருப்பமான இரண்டில் ஒரு அணியில் சேர்ந்து போரிடத் தயாரானார்கள். பாண்டவ கௌரவர்களின் ஆசானான துரோணாச்சாரியரும்,

பாட்டனாரான பீஷ்மாச்சாரியரும் கௌரவர்களுக்குக் கொடுத்த உறுதிமொழிகளுக்கும், வாக்குறுதிகளுக்கும் கட்டுப்பட்டு கௌரவர்களின் பக்கம் நின்றனர். கிருஷ்ணர், தான் இந்தப் போரில் நேரிடையாக பங்கேற்கப் போவதில்லை என்றும், ஆனால் தன்னுடைய பெரிய படைகளையோ அல்லது தன்னையோ அவர்கள் விருப்பத்திற்கேற்ப தேர்ந்தெடுத்துக் கொள்ளுமாறும் அறிவித்தார். துரியோதனன் வலிமை மிக்க கிருஷ்ணரின் படைகளையும், அர்ஜுனன் தன் பக்கத்தில் கிருஷ்ணரையும் தேர்ந்தெடுத்துக் கொண்டனர். எனவே யுத்தத்தில் கிருஷ்ணர் அர்ஜுனனுக்கு தேரோட்டியாக ஆனார்.

பார்வையற்ற திருதராஷ்டிரன் கடவுள் அருளால் திவ்ய திருஷ்டி பார்வையை பெற்றுள்ள சஞ்சயனிடம் போர் முழுவதையும் தெளிவாக தனக்கு விளக்குமாறு கூறுகிறார். அதன் பேரில் போரின் நடுவில் பகவத்கீதை கீழ்க்கண்ட பாடல்கள் மூலம் துவங்கியது.

धृतराष्ट्र उवाच ।

धर्मक्षेत्रे कुरुक्षेत्रे समवेता युयुत्सवः ।
मामकाः पाण्डवाश्चैव किमकुर्वत सञ्जय ॥ १-१ ॥

த்ருதராஷ்ட்ர உவாச

தர்மக்ஷேத்ரே குருக்ஷேத்ரே ஸமவேதா யுயுத்ஸவ: ।
மாமகா: பாண்டவாஶ்சைவ கிமகுர்வத ஸஞ்ஜய ॥ 1.1 ॥

திருதராஷ்டிரன் கூறினார்:
"குருஷேத்ரத்தில் போர்புரிய விருப்பம் கொண்டு ஒன்று கூடிய பொழுது கௌரவர்களும் பாண்டவர்களும் அவர்களது திறனை நிருபிக்க என்ன செய்தனர் சஞ்சயா? உனது தெய்வீகப் பார்வையை என்னுடன் பகிர்ந்து கொள்"

குழந்தைகளே, இந்த முன்னுரையுடன் தற்போது கீதையையும் அதன் நடைமுறை கொள்கைகளையும் நம்

அன்றாட வாழ்க்கைக்கு எவ்வாறு பொருந்தும் என்பதை புரிந்து கொள்ள ஆரம்பிப்போம். பாண்டவர்களும் கௌரவர்களும் குருஷேத்திரப் போரில் ஈடுபட்டதைப் போல சில நேரங்களில் நாமும் நம்முள் ஒரு கட்டத்தில் அல்லது மற்றொரு கட்டத்தில் ஒரு போரை நடத்துகிறோம். இந்தப்போர், நன்மைக்கும், தீமைக்கும் இடையே நடைபெறும் போராகும். இந்த உட்போரில் இருந்து விடுபட இந்தப் புத்தகம் உங்களுக்கு உதவுகிறது. இதன்மூலம் உங்களுக்குள் இருக்கும் வெற்றியாளன் அல்லது கதாநாயகன் எப்போதும் வாழ்க்கையில் சரியான திசையில் உங்களை வழிநடத்துவான் என்பதை உறுதிபடுத்த முடியும்.

பாடம் 1 : கீதையின் அத்தியாயம்-1

எந்தவொரு தீர்வையும் நம்மால் கண்டுபிடிக்க முடியாவிட்டால், ஒரு ஆசிரியர் அல்லது ஒரு பெரியவர் அல்லது நம்பகமான நண்பரிடம் உதவி கேட்க நாம் ஒரு போதும் தயங்கக் கூடாது.

பாடம் 1 : அத்தியாயம் 1

அர்ஜுனனின் துயரம்

போர் தொடங்குவதற்கு முன்பு அர்ஜுனன் கிருஷ்ணரிடம் தன் ரதத்தைப் போர்க்களத்தின் நடுவே செலுத்துமாறு கேட்டுக்கொள்கிறான். எதிர் அணியில் இருக்கும் போர்வீரர்கள் அனைவரையும் நான் பார்க்க வேண்டும், அதன் மூலம் போரை எவ்வாறு நடத்த வேண்டும் என்பதை நான் திட்டமிட முடியும் என அர்ஜுனன் கூறினான். பின்னர் கிருஷ்ணர் ரதத்தைப் போர்க்களத்தின் நடுவில் நிறுத்துகிறார். அப்பொழுது அர்ஜுனன் எதிர் அணியில் ஆயுதமேந்தி நிற்கின்ற தனது நண்பர்களையும், பெரியவர்களையும், உறவினர்களையும் பார்க்கிறான். தன்னிடம் போரிடத்தயாராக உள்ள எதிரிகள் யார் என்பது அர்ஜுனனுக்கு முன்னரே தெரிந்திருந்த போதிலும் கடைசி நிமிடத்தில் அவர்கள் அனைவரையும் நேரில் பார்த்தவுடன் மிகவும் பதற்றமடைகிறான். இந்த பதற்றத்தில் அர்ஜுனன் உணர்ச்சிவசப்படும் நேரத்தில் அவனது காண்டீபம் அவன் கையிலிருந்து நழுவி கீழே விழுகிறது. அதே சமயம் அவனது தொண்டை மிகவும் வறட்சி அடைந்து விடுகிறது. இந்நிலையில், "தான் போரில் தோற்று விடுவோம்" என்று மனதில் கற்பனை செய்து கொண்ட அர்ஜுனன், மிகவும் துக்கத்துடன் கீழே அமர்ந்து கொண்டு, கிருஷ்ணரிடம், "இப்போரில் நான் பங்கேற்கப் போவதில்லை" என்று வருத்தத்துடன் கூறுகிறான்.

நாமும் சில முக்கியமான செயல்களில் ஈடுபடும் பொழுது, உதாரணமாக தேர்வு எழுதுதல், விளையாட்டுப் போட்டி மற்றும் கலாச்சார நிகழ்வுகளில் பங்கேற்கும் போதும் மிகவும் பதற்றமடைகிறோம். அதே மாதிரி அர்ஜுனனும் போருக்கு முன்பு மிகவும் பதற்றமடைந்தான். அவ்வாறு பதற்றமடைவது மிகவும் ஆபத்தானது, ஏனென்றால், இதன் காரணமாக தன்னுடைய வீரர்களில் பலரை இழக்க நேரிடும். நமது வாழ்வில்

பல நேரங்களில் நாம் மிகவும் பொறுப்புணர்ச்சியுடனும் முயற்சிகளுடனும் இருக்கும் சமயத்தில் கூட மிகப் பெரிய சவால்களைச் சந்திக்க நேரிடும். இந்த சமயத்தில் நமக்கு மிகவும் வருத்தமும், மனச்சோர்வும் ஏற்பட்டாலும் கூட, நாம் எடுத்துக் கொண்ட முக்கியமான செயலை எக்காரணம் கொண்டும் விட்டுவிடக் கூடாது. இம்மாதிரியான தருணத்தில் நம்மால் தீர்வுகாண முடியாதபோது ஆசிரியர்களையோ, பெரியவர்களையோ அல்லது நண்பர்களையோ தீர்வுக்கு உதவி கேட்க எக்காரணம் கொண்டும் நாம் தயங்கக் கூடாது.

அர்ஜுனன் கூட இத்தருணத்தில், தான் என்ன செய்ய வேண்டும் என்றோ, எவ்வாறு தன்னைப் போருக்குத் தயார் படுத்திக்கொள்ள வேண்டும் என்றோ முடிவெடுக்க முடியாமல் திணறினான். ஆகவே அவன் தனது உற்ற நண்பரும், ஆசிரியரும், மூத்தவருமான கிருஷ்ணரிடம் தன்னுடைய துயரத்தைப் பகிர்ந்து கொள்கிறான்.

அத்தியாயம் 1 : அர்ஜுனனின் துயரம்

हृषीकेशं तदा वाक्यमिदमाह महीपते ।
अर्जुन उवाच ।
सेनयोरुभयोर्मध्ये रथं स्थापय मेऽच्युत ॥ १-२१ ॥

ஹ்ருஷீகேஶம் ததா வாக்யமிதமாஹ மஹீபதே।

அர்ஜுந உவாச

ஸேநயோருபயோர்மத்யே ரதம் ஸ்தாபய மேऽச்யுத॥ 1.21॥

(1.21) அரசே; தெய்வீகத் தேரோட்டியான கிருஷ்ணரிடம் அர்ஜுனன் கீழ்க்கண்டவாறு கூறினான். "போர்க்களத்திலுள்ள இரண்டு படைகளுக்கு நடுவில் என்னுடைய ரதத்தை நிறுத்துங்கள்".

यावदेतान्निरीक्षेऽहं योद्धुकामानवस्थितान् ।
कैर्मया सह योद्धव्यमस्मिन् रणसमुद्यमे ॥ १-२२॥

யாவதேதாந்நிரீக்ஷேऽஹம் யோத்துகாமாநவஸ்திதாந் ।
கைர்மயா ஸஹ யோத்தவ்யமஸ்மிந் ரணஸமுத்யமே ॥ 1.22 ॥

(1.22) இந்தப் போர்க்களத்தை உன்னிப்பாக கவனிக்காமல் எனக்கு எதிராக போரிட விரும்பும் வீரார்களின் வலிமையையும், என்னிடம் போரிடத் தகுதியான எதிரிகள் யார் என்பதையும் முடிவு செய்ய முடியாது.

गाण्डीवं स्रंसते हस्तात्त्वक्चैव परिदह्यते ।
न च शक्नोम्यवस्थातुं भ्रमतीव च मे मनः ॥ १-३०॥

காண்டீவம் ஸ்ரம்ஸதே ஹஸ்தாத் த்வக்சைவ பரிதஹ்யதே ।
ந ச ஶக்நோம்யவஸ்தாதும் ப்ரமதீவ ச மே மந: ॥ 1.30 ॥

(1.30) என் கையிலிருந்து காண்டீபம் நழுவி விழுகிறது. என் உடல் முழுவதும் நெருப்பாய் எரிகிறது. என் மனதும், தலையும் சுற்றுகிறது. என்னால் இனியும் தரையில் நிற்க முடியாது.

संजय उवाच ।

एवमुक्त्वार्जुनः सङ्ख्ये रथोपस्थ उपाविशत् ।
विसृज्य सशरं चापं शोकसंविग्नमानसः ॥ १-४७॥

ஏவமுக்த்வாऽர்ஜுந: ஸங்க்யே ரதோபஸ்த உபாவிஶத் ।
விஸ்ருஜ்ய ஸஶரம் சாபம் ஶோகஸம்விக்நமாநஸ: ॥ 1.47 ॥

(1.47) சஞ்சயன் கூறுகிறான்: அவ்வாறு கூறிய பிறகு அர்ஜுனன் போர்க்களத்தின் நடுவில் அம்பையும், வில்லையும் எறிந்துவிட்டு துயரம் கொண்ட மனதுடன்தான் தோல்வியை தழுவியதாக கற்பனை செய்து கொண்டு தன்னுடைய தேரில் அமர்ந்து கொண்டான்.

பாடம் 2.1 : கடமையை நிலைநிறுத்துதல்

ஒருவர் மனதில் நினைவில் வைத்துக் கொள்ள வேண்டிய முக்கியமான கடமை என்னவென்றால் ஒவ்வொருவரும் உண்மையின் பக்கமே நிற்க வேண்டும், அந்த உண்மையின் உரிமையை நிலை நிறுத்த வேண்டும்.

பாடம் : 2 (பாகம் : 1)

அத்தியாயம் : 2

கிருஷ்ணரின் காலத்தால் அழியாத நித்திய இரகசியம்

பகவத்கீதையின் இரண்டாவது அத்தியாயத்தின் தொடக்கம், மாவீரன் அர்ஜுனன் தனது பாட்டனார்கள், மாமனார்கள், ஆசிரியர்கள், பெரியவர்கள், சகோதரர்கள், மைத்துனர்கள் மற்றும் இதர உறவினர்கள் என அனைவரும், அவன் போரிடப்போகும் எதிர் அணியில் இருப்பதைப் பார்த்து மனச்சோர்வு அடைந்ததைப் பற்றி விவரிக்கிறது.

இந்நிலையில் அர்ஜுனனின் மனவருத்தத்திற்கான காரணத்தை நாம் புரிந்துகொள்ள வேண்டும். தனது சொந்தங்கள் மீது உள்ள பாச உணர்ச்சியின் காரணமாக அவன் மனது உணர்ச்சிவசப்பட்டு கலக்கமடைகிறது. மனித வாழ்வில் உணர்ச்சிவசப்படுவது இயற்கையே, அது மிகப் பெரிய தவறு அல்ல. ஆனால் உணர்ச்சி வசப்படுதலின் காரணமாக நம் கடமையிலிருந்து தவறினால் அது மிகப்பெரிய தவறாக முடிந்து விடும். அர்ஜுனன் பெரும் மனக் குழப்பத்தில் என்ன செய்வது என்று அறியாமல் இருந்த பொழுதிலும், புத்திசாலித்தனமாக அவனுடைய உற்ற நண்பனும், ஆசிரியருமான கிருஷ்ணரிடம் உதவி கோருகிறான். பகவான் கிருஷ்ணரும் அர்ஜுனனைக் காப்பாற்ற முன் வருகிறார்.

எவ்வித உதவி இல்லாமலும் மனக்குழப்பத்திலும் இருந்த அர்ஜுனன் தன்னுடைய தேரோட்டி கிருஷ்ணரிடம் சரணாகதி அடைந்து, "எனக்கு உரிய வழியைக் காட்டுங்கள் ஆசிரியரே" என்று வேண்டுகிறான். நம்மில் பலரும் அறிவார்ந்த ஆசிரியரிடமோ அல்லது புத்திசாலிப் பெரியவரிடமோ சரணடைவது ஏதோ ஒரு மிகப் பெரிய எதிரியிடம் சரணடைவதற்கு ஒப்பாக கருதுகின்றனர். ஆனால், உண்மையில் இரண்டிற்கும் மிகப் பெரிய வேறுபாடு உள்ளது. அறிவார்ந்த அனுபவமுள்ள ஆசிரியர்கள் மற்றும்

பெரியவர்களிடம் சரணடைவதில் மிகப் பெரிய சந்தோசம் அடங்கியுள்ளது. இந்த உண்மையை வகுப்பறையில் நடக்கும் ஒரு நிகழ்வு மூலம் எளிதில் புரிந்து கொள்ளலாம். ஒரு மாணவன் கணிதத்தில் ஒரு கோட்பாட்டை கற்க விரும்பினால் அவன் தனது ஆணவத்தையும், எதிர்ப்புத் தன்மையையும் விட்டுவிட்டு ஆசிரியரிடம் முழுமையாக சரணடைய வேண்டும். அவன் முழுமனதுடன் ஈடுபட்டு அந்த கோட்பாட்டின் விளக்கங்களையும் தீர்வு செய்யும் முறைகளையும் கற்றுக் கொள்ள முயல வேண்டும். அதை விடுத்து ஆசிரியர் கூறும் கோட்பாட்டின் செயல் முறைகளை விமர்சித்துக் கொண்டும், அவர் கற்பிக்கும் வழிகளைக் குறைகூறிக்கொண்டும் இருந்தால் அவனால் எதையும் கற்றுக் கொள்ள முடியாது. அவனுக்கு ஆசிரியரின் அறிவு மற்றும் ஞானத்தின் பலன் ஒருபோதும் கிடைக்காது. பெரும் தலைவர்கள் அனைவரும் முதலில் நல்ல மாணவர்களாக இருந்து தலைவர்களாக உருவாயினர். ஆகவே மாணவ மனோபாவமே வாழ்க்கை முழுவதற்கும் உயர்வதற்கு உன்னதமானது.

பகவத் கீதையில் கிருஷ்ணர் அர்ஜுனனிடம், "அறிஞர்களுக்குத் துக்கமில்லை, மேலும் ஆன்மாவிற்குச் சாவில்லை" என்று கூறுகிறார். இவ்வுலகில் உள்ள ஒவ்வொரு மனித உடலும் சிறுவயது, இளமை, முதுமை முதலிய பருவங்களைக் கடந்து மரணமடைகிறது. ஆனால் உடலின் உள்ளே அமைதியாக இருக்கும் ஆத்மாவுக்கு என்றென்றும் அழிவில்லை என்று கிருஷ்ணர் கூறுகிறார்.

மனிதன் பழைய கிழிந்த உடைகளைக் கழற்றி எறிந்து விட்டு புதிய உடைகளை அணிவதைப் போன்று, ஆத்மா இறந்துபோன உடலை விட்டுவிட்டு புதிய உடலை அடைகிறது. கிருஷ்ணர் அர்ஜுனனிடம், "நீ எதற்கும் கவலைப்படாதே, துயரப்படாதே ஏனென்றால், பிறந்தவன் எவனுக்கும் மரணம் நிச்சயம், மரணம் அடைந்தவன் மீண்டும் பிறப்பது நிச்சயம்" என்று கூறுகிறார். இதுவே கீதையின் முக்கிய அறிவுரை. ஏனென்றால், மரணத்தினால் ஏற்படும் பயத்தை இது அறவே நீக்குகிறது. மேலும் மரணமென்பது முடிவல்ல அது

ஆன்மாவின் தொடர்பயணமாகும். இந்த தொண்மையான முக்கிய இரகசியத்தை கிருஷ்ணர் அர்ஜுனனிடம் கூறுகிறார். இதுவே ஸாங்கிய யோகம் என்று பகவத்கீதையில் கூறப்பட்டுள்ளது.

கிருஷ்ணர் அர்ஜுனனிடம், "எந்தச் சூழ்நிலையிலும், என்ன நடந்தாலும், ஒருவன் தன்னுடைய கடமையிலிருந்து எக்காரணம் கொண்டும் தவறக்கூடாது" என்று அறிவுறுத்தினார். மேலும் அனைவரும் எப்பொழுதும் மறக்காமல் செய்ய வேண்டிய கடமை என்பது "உண்மையின் பக்கமே நிற்க வேண்டும், அந்த உண்மையின் உரிமையை நிலை நிறுத்த வேண்டும்" என்று கூறினார்.

அத்தியாயம் 2 : காலத்தால் அழியாத நித்திய இரகசியம் (பகுதி 1)

कार्पण्यदोषोपहतस्वभावः
पृच्छामि त्वां धर्मसम्मूढचेताः ।
यच्छ्रेयः स्यान्निश्चितं ब्रूहि तन्मे
शिष्यस्तेऽहं शाधि मां त्वां प्रपन्नम् ॥ २-७॥

கார்ப்பண்யதோஷோபஹதஸ்வபாவ:
ப்ருச்சாமி த்வாம் தர்மஸம்மூடசேதா: ।
யச்ச்ரேய: ஸ்யாந்நிஶ்சிதம் ப்ரூஹி தந்மே
ஶிஷ்யஸ்தேऽஹம் ஶாதி மாம் த்வாம் ப்ரபந்நம் ॥ 2.7 ॥

(2.7) இந்த குழப்பமான மன நிலையில் நான் உங்களிடம் கேட்கிறேன். எனக்கு எது சரியானதோ அதைக் கூறுங்கள் நான் பயத்தினால் பாதிக்கப்பட்டு உங்களிடம் முழுமையாக சரணாகதி அடைகிறேன். சரியான வழியைக் காட்டுங்கள் ஆசிரியரே.

श्रीभगवानुवाच ।
देहिनोऽस्मिन्यथा देहे कौमारं यौवनं जरा ।
तथा देहान्तरप्राप्तिर्धीरस्तत्र न मुह्यति ॥ २-१३॥

தேஹிநோऽஸ்மிந்யதா தேஹே கௌமாரம் யௌவநம் ஜரா ।
ததா தேஹாந்தரப்ராப்திர்த்தீரஸ்தத்ர ந முஹ்யதி ॥ 2.13 ॥

(2.13) கிருஷ்ணர் கூறுகிறார்: ஒவ்வொரு மனித உடலும் குழந்தைப்பருவம், இளமை, முதுமை ஆகியவற்றை கடந்து மரணமடைகிறது. ஆனால் உடலின் உள்ளே இருக்கும் ஆத்மாவுக்கு என்றென்றும் அழிவில்லை. ஆத்மா இறந்துபோன உடலை விட்டு வெளியேறி புதிய உடலை அடைகிறது. ஆத்மா ஒருபோதும் அழியாது என்பதை புரிந்து கொள்ளும் ஞானிகள் துக்கப்படுவதில்லை.

नासतो विद्यते भावो नाभावो विद्यते सतः ।
उभयोरपि दृष्टोऽन्तस्त्वनयोस्तत्त्वदर्शिभिः ॥ २-१६॥

நாஸதோ வித்யதே பாவோ நாபாவோ வித்யதே ஸத: ।
உபயோரபி த்ருஷ்டோऽந்தஸ்த்வநயோஸ்தத்த்வதர்ஶிபி: ॥ 2.16 ॥

(2.16) பொய் என்பது எங்கும் ஒருபோதும் அதிகாரம் இல்லாதது. உண்மை எங்கும் காணப்படுகிறது. மேலும் நித்தியமானது இவ்விரண்டையும் அறிந்தவர்கள் புத்திசாலிகள்.

वासांसि जीर्णानि यथा विहाय
नवानि गृह्णाति नरोऽपराणि ।
तथा शरीराणि विहाय जीर्णा-
न्यन्यानि संयाति नवानि देही ॥ २-२२॥

வாஸாம்ஸி ஜீர்ணநி யதா[2] விஹாய
நவாநி க்[3]ரு'ஹ்ணுதி நரோऽபராணி ।
ததா[2] ஶரீராணி விஹாய ஜீர்ணு-
ந்யந்யாநி ஸம்யாதி நவாநி தே[3]ஹீ ॥ 2-22 ॥

(2.22) மனிதன் பழைய கிழிந்த உடைகளைக் கழற்றி எறிந்து விட்டு புதிய உடைகளை அணிவதைப் போன்று ஆத்மா இறந்துபோன பழைய உடலை விட்டு விட்டு புதிய உடலை அடைகிறது.

स्वधर्ममपि चावेक्ष्य न विकम्पितुमर्हसि ।
धर्म्याद्धि युद्धाच्छ्रेयोऽन्यत्क्षत्रियस्य न विद्यते ॥ २-३१ ॥

ஸ்வதர்மமபி சாவேக்ஷ்ய ந விகம்பிதுமர்ஹஸி ।
தர்ம்யாத்தி யுத்தாச்ச்ரேயோऽந்யத்க்ஷத்ரியஸ்ய ந வித்யதே ॥ 2.31 ॥

(2.31) உங்கள் தர்மத்தின் கடமையை நீங்கள் கருத்தில் கொண்டு அதிலிருந்து நிச்சயமாக தடுமாறக் கூடாது. தர்மத்தின் கொள்கைக்காக வீரர்கள் யுத்தம் புரிவதைவிட வேறு சிறப்பு எதுவும் இல்லை.

பாடம் 2 – பாகம் 2: கர்ம யோகத்தின் அடிப்படைத் தத்துவம் – யோகத்தின் செயல்

பற்றின்றி இன்னும் செயல்களை சிறப்பாகச் செய்வதே யோகாவின் உண்மையான செயல்பாடு.

பாடம் : 2 (பாகம் : 2)

அத்தியாயம் : 2

கர்மயோகத்தின் அடிப்படைத் தத்துவம்

பகவத்கீதையின் இரண்டாம் அத்தியாயத்தில் கிருஷ்ணர் அர்ஜுனனுக்கு கர்மயோகத்தின் இரகசியத்தை விளக்கினார். கர்ம யோகத்தின் பலன்களும் நன்மைகளும் ஒருவன் தன் கடமைகளைச் சரியான முறையில் செயல்படுத்துவதில் தான் உள்ளது. நமது அடிப்படைச் செயல்களைச் சரியான முறையில் செய்யும் பொழுது அவற்றின் பலன் மிகவும் உன்னதமாகவும், சிறப்பாகவும் அமையும் என்று கிருஷ்ணர் கூறுகிறார்.

சில சமயங்களில் நமது குழந்தைகளுக்கு, அவர்களின் அன்றாட வீட்டுப் பாடங்களை அல்லது வேலைகளைச் செய்வதற்கு, சில பரிசுகளைத் தருவதாக வாக்குறுதி அளிக்கிறோம். இதனால் குழந்தைகள் தங்களை அறியாமலேயே பரிசுப் பொருட்கள் மீது பற்றுக் கொண்டு, செயல்கள் மீது உற்சாகம் இல்லாமல் மனதளவில் கெட்டுப் போய் விடுகிறார்கள். ஒரு பொருளின் மீது விருப்பம் கொள்வது இயற்கையே. ஆனால், அந்த விருப்பம் அதிகமாகும்போது ஆசையாக மாறுகிறது. அதுவே பின்னர் பேராசை நிலையை அடைகிறது. ஆசையும், பேராசையும்தான் இவ்வுலகில் தோன்றும் மிகப்பெரிய பிரச்சனைகளுக்கு முக்கிய காரணமாகிறது.

நாம் எந்த ஒரு செயலைச் செய்தாலும் மனமுவந்து செய்ய வேண்டுமே ஒழிய, பரிசுப் பொருட்களுக்கு ஆசைப்பட்டு செய்யக்கூடாது. ஏனென்றால், பலனை எதிர்பார்த்துச் செய்யப்படும் செயல், நம்மை திசை திருப்பி விடுகிறது. மேலும் செயல்பாட்டை குறைவுறச் செய்கிறது. பலனை எதிர்பார்க்காமல் செய்யப்படும் செயல் அதை இன்னும் சிறப்பான முறையில் செய்து முடிக்க உதவுகிறது. ஒருவன் தன் செயல்களின் பலன்களில் பற்றில்லாமல் செய்யும்

பொழுது அவனது மனது அமைதியாகவும் சந்தோசமாகவும் இருக்கும். எனவே, அவனுடைய செயல்பாடுகள் மிகவும் சிறப்பாக அமையும். உண்மையில் பற்றின்மை என்பது பலனை எதிர்பார்க்காமல் செயல்களை உற்சாகமாக செய்வதேயாகும். பற்றின்றி செய்யப்படும் செயல்களின் நோக்கமும், முக்கியத்துவமும், அதனை மிகச் சரியாக செய்ய வேண்டும் என்பதேயன்றி அதனால் கிடைக்கும் பலன்களோ, பரிசுப்பொருட்களோ அல்ல. பலன்களின் மீது பற்றின்றி செயல்களைச் சிறப்பாகச் செய்வதே யோகாவின் உண்மையான செயல்பாடு. இதுவே பகவத்கீதையின் கர்மயோகம் கூறும் அடிப்படைத்தத்துவம்.

ஒரு விளையாட்டுக் குழுவின் தலைவர், படையின் தளபதி, நிறுவனத்தின் தலைவர் ஆகியோர் இடையில் பொதுவான ஒரு செயல்படும் இயல்பு காணப்படுகிறது. அவர்கள் அனைவருமே வெற்றி தோல்விகளில் பற்றில்லாமல், தங்களது கடமைகளை மட்டுமே எண்ணி, முறையான பயற்சியுடன், சரியாகச் செய்கின்ற இயல்பு உடையவர்கள். மிகவும் சிக்கலான தருணத்தில் மனம் அமைதியாக இருந்தால்தான் சரியான முடிவுகளை எடுத்துச் சிறப்பாகச் செயல்பட முடியும், இல்லை என்றால் எந்த ஒரு பிரச்சனைக்கும் சரியான தீர்வை எடுக்க முடியாது. நல்ல தலைவனாகவும் இருக்க முடியாது. மேலும் மற்றவர்களையும் நல்வழிப்படுத்த முடியாது.

ஒருவன் வெற்றி பெறும் போது உணர்ச்சிவசப்பட்டு சந்தோசப்படாமலும், தோல்வி அடையும் பொழுது மனச் சோர்வு அடையாமலும், எல்லா நேரங்களிலும் நிதானமாகவும் எதன் மீதும் பற்றில்லாமலும், அமைதியுடனும் இருந்தால் அவனே உண்மையான வெற்றியாளன் ஆவான். அத்தகைய மனிதனையே பகவத்கீதை "முனிவன்" என்று கூறுகிறது.

அத்தியாயம் 2 : காலத்தால் அழியா நித்திய இரகசியம் (பகுதி 2)

नेहाभिक्रमनाशोऽस्ति प्रत्यवायो न विद्यते ।
स्वल्पमप्यस्य धर्मस्य त्रायते महतो भयात् ॥ २-४०॥

நேஹாபிக்ரமநாஶோऽஸ்தி ப்ரத்யவாயோ ந வித்யதே ।
ஸ்வல்பமப்யஸ்ய தர்மஸ்ய த்ராயதே மஹதோ பயாத் ॥ 2.40 ॥

(2.40) இம் முயற்சியில் தொடங்கிய செயல்கள் எந்த இழப்பையோ அல்லது எதிர்மறை முடிவுகளையோ ஏற்படுத்தாது. மிகச் சிறிய செயல்கள் கூட சரியான முறையில் செய்யப்பட்டால் அது நம்மை பெரிய ஆபத்திலிருந்து பாதுகாக்கும்.

कर्मण्येवाधिकारस्ते मा फलेषु कदाचन ।
मा कर्मफलहेतुर्भूर्मा ते सङ्गोऽस्त्वकर्मणि ॥ २-४७॥

கர்மண்யேவாதிகாரஸ்தே மா பலேஷு கதாசந ।
மா கர்மபலஹேதுர்பூர்மா தே ஸங்கோऽஸ்த்வகர்மணி ॥ 2.47 ॥

(2.47) விதிக்கப்பட்ட கடமையைச் செய்ய உனக்கு அதிகாரம் உள்ளது. செயல்களின் பலனை எப்பொழுதும் எதிர்பார்க்காமல், அதன் மீது விருப்பம் கொள்ளாமல் உன் கடமைகளை நிறைவேற்றுவதிலிருந்து ஒரு போதும் விலக வேண்டாம்.

बुद्धियुक्तो जहातीह उभे सुकृतदुष्कृते ।
तस्माद्योगाय युज्यस्व योगः कर्मसु कौशलम् ॥ २-५०॥

புத்தியுக்தோ ஜஹாதீஹ உபே ஸுக்ருததுஷ்க்ருதே ।
தஸ்மாத்யோகாய யுஜ்யஸ்வ யோக: கர்மஸு கௌஶலம் ॥ 2.50 ॥

(2.50) இந்த உலகத்தில், பக்தி தொண்டுடன் ஒருவன் தன்னை நன்மை தீமைகளிலிருந்து விடுவித்துக் கொள்ளாலாம் இதை உணர்ந்து கர்மயோகாவில் ஈடுபடுங்கள்.

பலன்களில் மீது பற்றின்றி செயல்களைச் சிறப்பாகச் செய்வதே யோகாவின் உண்மையான செயல்பாடு.

दुःखेष्वनुद्विग्नमनाः सुखेषु विगतस्पृहः ।
वीतरागभयक्रोधः स्थितधीर्मुनिरुच्यते ॥ २-५६ ॥

துஃகேஷ்வநுத்விக்நமநா: ஸுகேஷு விகதஸ்ப்ருஹ: ।
வீதராகபயக்ரோத: ஸ்திததீர்முநிருச்யதே ॥ 2.56 ॥

(2.56) ஒரு போதும் துன்பங்களால் பாதிக்கப்படாத மனம் உடையவனும், இன்பத்தில் மகிழ்ச்சி அடையாதவனும், கோபம், பயம், பற்று இவற்றிலிருந்து விடுபடுபவனும் உண்மையான முனிவன் என்று அழைக்கப்படுகிறான்.

பாடம் 3: நம்முள் இருக்கும் இறைவனின் குரல்

நம்முள் இருக்கும் தெய்வத்தின் குரலைக் கேட்டால் மகிழ்ச்சியை நோக்கிய நமது பயணம் விரைவாகும். ஏனென்றால் நம்மை இயக்குவதே அந்த தெய்வம் தான்.

பாடம் 3 : அத்தியாயம் : 3

நம்முள் இருக்கும் இறைவனின் குரல்

கிருஷ்ணர் அர்ஜுனனிடம் ஒரு புறத்தில் பற்றில்லாமலும் அமைதியாகவும் இருக்கும்படி கூறுகிறார். மறுபுறத்தில் போரில் கலந்து கொண்டு செயலாற்றுவதே உன் கடமையாகும் என்று அறிவுறுத்துகிறார். அதனால், அர்ஜுனன் மிகவும் மனக்குழப்பம் அடைந்தான். இரண்டையும் ஒரே சமயத்தில் நிறைவேற்றுவது சாத்தியமில்லை என்று அர்ஜுனன் நினைத்து கிருஷ்ணரிடம், "கிருஷ்ணா கர்மத்தைவிட ஞானமே மேலானது என்றால், இப்போரில் தாங்கள் என்னை ஈடுபடுத்துவது ஏன்?" என்று வினவினான்.

கிருஷ்ணர் புன்னகையுடன் அர்ஜுனனின் கேள்விக்கு பதில் அளிக்கிறார். "எந்தவொரு செயலுமின்றி இவ்வுலகம் எக்கணமும் இயங்காது. மனிதன் வெளிப்படையாக எந்தச் செயல்களிலும் ஈடுபடாமல் இருந்தாலும் அவனது உடலுக்கு உள்ளே செரிமானம் அடைதல் போன்ற பல உட்செயல்கள் நடைபெற்றுக் கொண்டுதான் இருக்கின்றன. இது இயற்கையின் குணம். அதை மாற்ற முடியாது. நீ உன்னுடைய கடமையைச் செய், ஏனென்றால் அதைச் செய்யாமல் இருப்பதை விட, செய்வதுதான் சிறந்தது ஆகும்" என்று கிருஷ்ணர் அர்ஜுனனிடம் கூறுகிறார். அன்றாட வாழ்வில் நாம் செய்யும் செயல்கள் நமக்கு அனுபவத்தையும், வலிமையையும் கொடுக்கிறது. செயல்கள் செய்யப்படாமல் இருந்தால் நாம் எதையும் சாதிக்க முடியாது.

நாம் பற்றில்லாமல் சுதந்திர உணர்வுடன் செய்யும் செயல் தெய்வீகச் செயலாக மாறுகிறது. இதன் காரணமாக நாம் செயல்களை விரைந்து முடிப்பதுடன், பற்றில்லாமலும் நிம்மதியாகவும் இருக்கலாம். நமது மனத்திற்கும் ஐம்புலன்களுக்கும் அப்பாற்பட்ட தெய்வீக சக்தி நமக்குள்ளே

இருந்து வழிநடத்துகிறது. அதை ஒவ்வொருவரும் வெவ்வேறு பெயர்களில் அழைக்கின்றோம். அர்ஜுனனுக்கு இதை உணர்த்துவதற்கு கிருஷ்ணர் ஒரு வழிமுறையைக் கூறுகிறார். நம்முள் இருக்கும் தெய்வீக சக்தியை உணர்ந்து, நாம் செய்யும் அனைத்து செயல்களையும் அவருக்கு அர்ப்பணித்து, நம் கடமையைச் செய்ய வேண்டும். அந்த தெய்வீக சக்தியே நம்மை வழிநடத்துகிறது என்று உணரும் போது நமது சந்தோசம் பல மடங்கு அதிகரிக்கிறது. ஏனென்றால், நம்மை இயக்குவதே அந்த தெய்வம் தான்.

அத்தியாயம் 3 : செயலாக்கத்தில் மனதை வெளிப்படுத்துதல்

अर्जुन उवाच ।

ज्यायसी चेत्कर्मणस्ते मता बुद्धिर्जनार्दन ।
तत्किं कर्मणि घोरे मां नियोजयसि केशव ॥ ३-१॥

அர்ஜுந உவாச

ஜ்யாயஸீ சேத்கர்மணஸ்தே மதா புத்திர்ஜநார்த்தந।

தத்கிம் கர்மணி கோரே மாம் நியோஜயஸி கேஶவ॥ 3.1॥

(3.1) அர்ஜுனன் கூறுகிறான்
கிருஷ்ணா, ஒரு புறத்தில் பற்றில்லாமலும் அமைதியாகவும் இருக்கும்படி கூறுகிறாய், மறுபுறத்தில் போரில் கலந்து கொண்டு செயலாற்றுவதே உன் கடமை என்கிறீர்கள், கர்மத்தைவிட ஞானமே மேலானது என்றால் இப்போரில் தாங்கள் என்னை ஈடுபடுத்துவது ஏன்?

न हि कश्चित्क्षणमपि जातु तिष्ठत्यकर्मकृत् ।
कार्यते ह्यवशः कर्म सर्वः प्रकृतिजैर्गुणैः ॥ ३-५॥

ந ஹி கஶ்சித்க்ஷணமபி ஜாது திஷ்டத்யகர்மக்ருத் ।
கார்யதே ஹ்யவஶ: கர்ம ஸர்வ: ப்ரக்ருதிஜைர்க்குணை: ‖ 3.5 ‖

(3.5) எந்தவொரு செயலுமின்றி இவ்வுலகம் எக்கணமும் இயங்காது, எல்லா நேரங்களிலும், ஒருக்கணப்பொழுதும்கூட யாரும் எந்த செயல்களையும் செய்யாமல் இருப்பது சாத்தியமில்லை. ஏனென்றால் இயற்கையிலிருந்து தோன்றிய குணங்களே எல்லா உயிர்களையும் செயல்பட வைக்கிறது.

नियतं कुरु कर्म त्वं कर्म ज्यायो ह्यकर्मणः ।
शरीरयात्रापि च ते न प्रसिद्ध्येदकर्मणः ॥ ३-८॥

நியதம் குரு கர்ம த்வம் கர்ம ஜ்யாயோ ஹ்யகர்மண: ।
ஶரீரயாத்ராऽபி ச தே ந ப்ரஸித்த்யேதகர்மண: ‖ 3.8 ‖

(3.8) பற்றில்லாமல் உனது கடமைகளைச் செய், ஏனென்றால், அதைச் செய்யாமல் இருப்பதை விட செய்வதுதான் சிறந்தது ஆகும். செயல்கள் எதுவும் செய்யாமல் இருந்தால் உன் உடலைக் கூட பாதுகாக்க முடியாது.

मयि सर्वाणि कर्माणि संन्यस्याध्यात्मचेतसा ।
निराशीर्निर्ममो भूत्वा युध्यस्व विगतज्वरः ॥ ३-३०॥

மயி ஸர்வாணி கர்மாணி ஸந்ந்யஸ்யாத்யாத்மசேதஸா ।
நிராஶீர்நிர்மமோ பூத்வா யுத்யஸ்வ விகதஜ்வர: ‖ 3.30 ‖

(3.30) எல்லா செயல்களையும் என்னிடம் அர்ப்பணித்து விடு. என்னுள் ஒரு பகுதியாக இருக்கும் ஆத்மாவில் தியானியுங்கள். ஆசையும், கர்வமும் இல்லாமல் துக்கம் மற்றும் மன உளைச்சல் இல்லாமல் போரிட உன் ஆயுதங்களைத் தயார் செய்.

इन्द्रियाणि पराण्याहुरिन्द्रियेभ्यः परं मनः ।
मनसस्तु परा बुद्धिर्यो बुद्धेः परतस्तु सः ॥ ३-४२॥

இந்த்ரியாணி பராண்யாஹுரிந்த்ரியேப்ய: பரம் மந: ।
மநஸஸ்து பரா புத்திர்யோ புத்தே: பரதஸ்து ஸ: ॥ 3.42 ॥

(3.42) மனம் ஐம்புலன்களை விட உயர்ந்தது, புத்தி மனதைவிட உயர்ந்தது, மேலும் புத்தியை விட மேலானது பரமாத்மா.

பாடம் 4: நம்முள் இருக்கும் வெற்றியாளன்

© Priti Pandurangan

ஒவ்வொருவரும் தம்முள் இருக்கும் கடவுளின் குணத்தை விழித்து எழச்செய்தால் அவர்கள் இவ்வுலகில் கடவுளின் பிரதிநிதியாக கருதப்படுவர்.

பாடம் 4 : அத்தியாயம் : 4

நம்முள் இருக்கும் வெற்றியாளன்

எப்பொழுதெல்லாம் இவ்வுலகில் இருளும் வேதனையும் அதிகரிக்கிறதோ அப்பொழுதெல்லாம் நான் அவதரித்து இவ்வுலகத்தில் தர்மத்தை நிலைநாட்டுவேன் என்று கிருஷ்ணர் அர்ஜுனனுக்கு வாக்களித்தார். பல்லாயிரம் ஆண்டுகளுக்கு முன்பாக கூறப்பட்ட இந்த உண்மை இன்றளவும் செயல்பட்டுக் கொண்டிருக்கிறது. இன்றைய காலகட்டத்தில் பகவானின் அவதாரத்தின் சாத்தியத்தை எவ்வாறு உணர்வது என்பது மிகப்பெரிய கேள்விக்குறியாகும். மக்களின் மனது அறியாமை என்னும் இருளில் மூழ்கி இருப்பதால், நல்ல மனிதர்களும் பல்வேறு துன்பங்களை அனுபவிக்க நேரிடுகிறது. இவ்வுலகில் ஏராளமான துன்பங்கள் இருப்பதால், அவற்றை நீக்குவதற்கு கடவுளின் ஒரு அவதாரம் போதாது, பல அவதாரங்கள் தேவைப்படும்.

இவ்வுலகில் எப்பொழுதெல்லாம் இயற்கைப் பேரழிவுகள் ஏற்படுகின்றதோ, அப்பொழுதெல்லாம் மனிதர்கள் அனைவரும் ஒற்றுமையுடன் செயல்பட்டுத் தமக்கு வேண்டிய அனைத்துச் செயல்களையும் செய்து கொள்கின்றனர். இந்த மாதிரி கஷ்டமான காலங்களில் தான் நாம் எல்லோரிடமும் கடவுளின் குணத்தைப் பார்க்கிறோம். சென்னையில் 2015-ஆம் ஆண்டு, மிகப்பெரிய வெள்ளம் ஏற்பட்டு பெரும் சேதம் விளைவித்த சமயத்தில், மக்கள் அனைவரும் தங்களிடம் உள்ள சாதி, மதம், இனம் போன்ற வேறுபாடுகள் அனைத்தையும் மறந்து, ஒற்றுமையுடன் பல்லாயிரக் கணக்கான மனிதர்களுக்கும் தேவையான உதவிகளை செய்து காப்பாற்றியதை கண்கூடாகப் பார்த்தோம். இவ்வாறு தன்னலமற்று, மற்றவர்களுக்காக சேவை செய்யும் இறைப்பண்புகள் கொண்டவர்களை நாம் மரியாதை செய்து போற்ற வேண்டும்.

ஒவ்வொருவரும் தம்முள் இருக்கும் கடவுளின் குணத்தை விழித்து எழச்செய்தால், அவர்கள் இவ்வுலகில் கடவுளின் பிரதிநிதியாக கருதப்படுவர். நாம் முந்தைய அத்தியாயத்தில், பற்றில்லாமல் கடமைகளை செய்வதன் மூலம் உள்ளே உள்ள தெய்வீகக்குணத்தை விழித்து எழச்செய்யலாம் என்று அறிந்தோம். இந்த அத்தியாயத்தில் நம்முள் நற்குணங்களை வளர்த்துக் கொள்வதன் மூலம் இதை அடையலாம் என்று கிருஷ்ணர் கூறுகிறார். நாம் நமது அனைத்து செயல்களையும் கடவுளுக்கு அர்ப்பணித்துவிட்டு, அதை கோபம், ஆசை, பயம், எதிர்பார்ப்பு இல்லாமலும், வெற்றி தோல்விகளின் போது அமைதியாகவும், உற்சாகமாகவும் இருந்து செய்தால், நாம் தெய்வீக வாழ்வை அடையலாம்.

அத்தியாயம் 4 : கிருஷ்ணர் திறக்கும் அறிவின் கதவுகள்

यदा यदा हि धर्मस्य ग्लानिर्भवति भारत ।
अभ्युत्थानमधर्मस्य तदात्मानं सृजाम्यहम् ॥ ४-७॥

யதா யதா ஹி தர்மஸ்ய க்லாநிர்பவதி பாரத ।
அப்யுத்தாநமதர்மஸ்ய ததாத்மாநம் ஸ்ருஜாம்யஹம் ॥ 4.7 ॥

(4.7) எப்பொழுதெல்லாம் இவ்வுலகில் இருளும் வேதனையும் அதிகரிக்கிறதோ, தர்மம் அழிந்து அதர்மம் தலைதூக்குகிறதோ, அப்பொழுதெல்லாம் நான் அவதரித்து இவ்வுலகில் தர்மத்தை நிலைநாட்டுவேன்.

वीतरागभयक्रोधा मन्मया मामुपाश्रिताः ।
बहवो ज्ञानतपसा पूता मद्भावमागताः ॥ ४-१०॥

வீதராகபயக்ரோதா மந்மயா மாமுபாஸ்ரிதா: ।
பஹவோ ஜ்ஞாநதபஸா பூதா மத்பாவமாகதா: ॥ 4.10 ॥

(4.10) ஆசை, பயம், செயல்களில் பற்று இல்லாமல் தவத்தால் ஞானம் அடைந்தவன், அனைத்து செயல்களையும் என்னிடம் அர்ப்பணித்துவிட்டு அடைக்கலம் புகுந்தவன் இறை வாழ்வை அடைவான்.

यस्य सर्वे समारम्भाः कामसङ्कल्पवर्जिताः ।
ज्ञानाग्निदग्धकर्माणं तमाहुः पण्डितं बुधाः ॥ ४-१९॥

யஸ்ய ஸர்வே ஸமாரம்பா: காமஸங்கல்பவர்ஜிதா: ।
ஜ்ஞாநாக்நிதக்த்தகர்மாணம் தமாஹு: பண்டிதம் புதா: ॥ 4.19 ॥

(4.19) செயல்களின் பலன்கள் மிது விருப்பு வெறுப்பு இல்லாமல் அவற்றை ஞானம் என்னும் தீயில் அழித்தவன் புத்திசாலியான பண்டிதன் ஆவான்.

यदृच्छालाभसन्तुष्टो द्वन्द्वातीतो विमत्सरः ।
समः सिद्धावसिद्धौ च कृत्वापि न निबध्यते ॥ ४-२२॥

யத்ருச்சாலாபஸந்துஷ்டோ த்வந்த்வாதீதோ விமத்ஸர: ।
ஸம: ஸித்தாவஸித்தௌ ச க்ருத்வாபி ந நிபத்யதே ॥ 4.22 ॥

(4.22) இயற்கையாகவே கிடைக்கும் நன்மையில் திருப்தி அடைபவனும், யாருடனும் பொறாமை இல்லாதவனும் வெற்றியிலும் தோல்வியிலும் சமமாக இருப்பவனும் எந்த செயல்களைச் செய்தாலும் அதனால் அவன் பாதிக்கப்படுவதில்லை.

பாடம் 5: ஆசையையும் கோபத்தையும் கட்டுப்படுத்துதல்

நாம் வாழ்க்கையில் சுதந்திரமாகவும், மகிழ்ச்சியாகவும் இருக்க விரும்பினால் ஆசையையும் கோபத்தையும் கட்டுப்படுத்த வேண்டும்.

பாடம் 5 : அத்தியாயம் : 5

ஆசையையும் கோபத்தையும் கட்டுப்படுத்துதல்

சந்நியாசம், பக்தியுடன் செயல்படுதல் இவ்விரண்டிலும் மனித வாழ்விற்கு எது சிறந்தது என்று அர்ஜுனன் கிருஷ்ணரிடம் வினவினான். அதற்கு கிருஷ்ணர் இவை இரண்டுமே சிறப்பானது தான் எனினும் சந்நியாசத்தைவிட பக்தியுடன் செயல்படுவதே மேலானது என்று கூறினார். ஒருவன் தன்னை முழுமையாக உணர வேண்டுமானால் தன் கடமைகளைச் சரியான முறையில் செய்ய வேண்டும். அவ்வாறு தன்னை உணர்ந்து விட்டால் அனைவரையும் சமநோக்கில் காணும் தன்மையை அடைகிறான். இவ்வாறு உண்மையான ஞானம் அடைந்த ஒருவன், கற்றறிந்த சான்றோர்களும், யானையும், பசுவும், நாயும், மிகச்சிறிய உயிரினங்களும் ஒன்றே என சமநோக்கில் காண்கின்றான். ஏனென்றால், அவன் அனைத்து உயிர்களின் உள்ளும் பரமாத்மாவே இருக்கிறார் என்பதை உணர்ந்தவன் ஆவான்.

நாம் நேர்மையான வழியில் நடந்தால் நம் வாழ்க்கையைச் சுதந்திரமாகவும், சந்தோசமாகவும் அனுபவிக்க முடியும் என்று கிருஷ்ணர் கூறுகிறார். மேலும் ஆசையும் கோபமும் எப்பொழுதும் திடீரென்று வெளிப்படும் தன்மை உடையவை. எவனொருவன் ஆசையையும் கோபத்தையும் எல்லா நேரங்களிலும் கட்டுப்படுத்துகிறானோ, அவனே தன்னைப்பற்றி முழுமையாக உணர்ந்தவன். அவன் வாழ்க்கை முழுவதையும் சந்தோசமாக அனுபவிக்கும் பேரிணைப் பெறுவான்.

நாம் தேர்வுக்காக படித்துக் கொண்டு இருக்கும்போது பல நேரங்களில் நம் மனதில் படிப்பில் கவனம் இல்லாமல் வெளியில் சென்று நண்பர்களுடன் விளையாட வேண்டும் என்ற ஆசை தோன்றுகிறது. நமது செயல்கள், நமது மனது

விரும்பிய மாதிரி நடைபெறவில்லை என்றாலும், நமக்கு நெருக்கமானவர்கள் நாம் சொல்வதைக் கேட்கவில்லை என்றாலும், நமக்கு அதிகமான கோபம் வருகிறது. இவ்வாறு ஆசைகளுக்கும் கோபத்திற்கும் இடம் கொடுத்தால் நம் தேர்வின் முடிவுகளும், நமது நண்பர்கள் மற்றும் பெரியோர்களின் உறவும் பாதிக்கப்படும்.

நாம் வாழ்வில் சுதந்திரமாகவும் மகிழ்ச்சியாகவும் இருக்க விரும்பினால் கோபத்தையும் பேராசையையும் கட்டுப்படுத்த வேண்டும். இதற்குச் சிறந்த வழி நாம் அனைத்து செயல்களையும் இறைவனுக்கு அர்ப்பணிப்பதே. நமது தாயோ, தந்தையோ உணவை தயாரிக்கும்போது நமக்கு மிகவும் சிறப்பானதையே செய்து தருகிறார்கள். அதே மாதிரி நமக்குள்ளே இருக்கும் நமது நண்பனாகிய பரமாத்மாவுக்கு அனைத்து செயல்களையும் நாம் முழுமையாக அர்ப்பணித்தால், நம் வாழ்க்கை சந்தோசமாகவும் அமைதியாகவும் இருக்கும்.

அத்தியாயம் 5 : முழுமையான துறவு

श्रीभगवानुवाच ।

संन्यासः कर्मयोगश्च निःश्रेयसकरावुभौ ।
तयोस्तु कर्मसंन्यासात्कर्मयोगो विशिष्यते ॥ ५-२॥

ஸந்ந்யாஸ: கர்மயோகஶ்ச நி:ஶ்ரேயஸகராவுபௌ ।
தயோஸ்து கர்மஸந்ந்யாஸாத்கர்மயோகோ விஶிஷ்யதே ॥ 5.2 ॥

(5.2) கிருஷ்ணர் பதிலளிக்கிறார்.
சந்தியாசம், பக்தி இவ்விரண்டும் உலக வாழ்விலிருந்து விடுதலை அடைவதற்குச் சிறந்தது என்றாலும் சந்தியாசத்தை விட பக்தியுடன் செயல்படுவதே மேலானது.

विद्याविनयसम्पन्ने ब्राह्मणे गवि हस्तिनि ।
शुनि चैव श्वपाके च पण्डिताः समदर्शिनः ॥ ५-१८॥

வித்யாவிநயஸம்பந்நே ப்ராஹ்மணே கவி ஹஸ்திநி ।
ஶுநி சைவ ஶ்வபாகே ச பண்டிதா: ஸமதர்ஶிந: ॥ 5.18 ॥

(5.18) உண்மையான ஞானம் அடைந்த ஒருவன் அனைவரையும் சமநோக்கில் காணும் தன்மையை அடைகிறான். கற்றறிந்த சான்றோர்களும், யானையும், பசுவும், நாயும், மிகச்சிறிய உயிரினங்களும் ஒன்றே என சமநோக்கில் காண்கிறான்.

शक्नोतीहैव यः सोढुं प्राक्शरीरविमोक्षणात् ।
कामक्रोधोद्भवं वेगं स युक्तः स सुखी नरः ॥ ५-२३॥

ஶக்நோதீஹைவ ய: ஸோடும் ப்ராக் ஶரீரவிமோக்ஷணாத் ।
காமக்ரோதோத்பவம் வேகம் ஸ யுக்த: ஸ ஸுகீ நர: ॥ 5.23 ॥

(5.23) எவனொருவன் ஆசையையும், கோபத்தையும் எல்லா நேரங்களிலும் கட்டுப்படுத்துகிறானோ, அவனே தன்னைப்பற்றி முழுமையாக உணர்ந்தவன். அவன் வாழ்க்கை முழுவதையும் சந்தோசமாக அனுபவிக்கும் பேரிணைப் பெறுவான்.

பாடம் 6: உலகளாவிய முன்னோக்குப் பார்வை பெறுதல்

© Priti Pandurangan

உலகளாவிய மாணவர்கள் மற்றவர்களை மதம், அந்தஸ்து, சாதி, சமூகம் அல்லது தேசத்தின் அடிப்படையில் பாகுபாடு காணாமல் சமநோக்குடன் அனைவரும் சமமானவர் என்று உணர்ந்தவர்கள்.

பாடம் 6 : அத்தியாயம்: 6

உலகளாவிய முன்னோக்குப் பார்வை பெறுதல்

இந்த அத்தியாயம் நாம் வாழ்வில் கடைப்பிடிக்க வேண்டிய நல்லொழுக்கங்களின் முக்கியத்துவத்தையும் அதன் பலன்களையும் விளக்குகிறது. நாம் இறைவனுக்கு அர்ப்பணிக்கும் எந்த ஒரு செயலையும் பலனை எதிர்பார்க்காமல் செய்வதன் மூலம் வாழ்வில் மிகப் பெரிய உன்னத நிலையை அடையலாம். நமது கடமைகளை தியாக உணர்வோடு முறையாகச் செய்யும்பொழுது நமது மனது விசாலமடைந்து, அனைத்தையும் முழுமையாக புரிந்துக்கொள்ளும் நிலையை அடைகிறது.

நாம் உரிய நேரத்தில் முறையாக உண்டு, உறங்கி பணிகளைச்செய்வது, மனதை சீராக ஒழுங்குப்படுத்துவதுடன் வாழ்வில் துயரங்களையும் நீக்கி விடுகிறது. ஒழுக்க முறைகளைச் சரியாக கடைப்பிடிக்கும் மாணவனின் மனது விசாலமடைவதுடன் அவன் மிகுந்த பொறுமைசாலியாகவும் விளங்க உதவுகிறது. மேலும், அவன் தன்னுள் இருக்கும் பரமாத்மாவே அனைவரின் உள்ளும் இருக்கிறார் என்பதை உணர்கிறான்.

இத்தகைய மாணவர்கள், மற்றவர்களை சாதி, மதம், இனம்,தேசம் என்று வேறுபாடு காணாமல், சம நோக்குடன் அனைவரும் சமமானவர் எனவும் தனக்குளே இருப்பவன்தான் அனைவரின் உள்ளேயும் இருக்கிறான் என்பதையும் உணர்ந்தவர்கள்.

எந்த ஒரு மாணவன், ஒழுக்கத்துடனும். பொறுமையுடனும், எவ்வித எதிர்பார்ப்பும் இன்றி மற்றவர்களுடன் சகிப்புத்தன்மையுடன் பழகுகிறானோ அவன் மற்றவர்களிடமிருந்து தன்னைப் பாகுப்படுத்திக்

காணமாட்டான். அவனே உன்னதமான "உலக மாணவன்" ஆகிறான். இத்தகைய மாணவர்களே முன்னோக்குப் பார்வை உடையவர்கள்.

அத்தியாயம் 6 : தெய்வீகத்துடன் இணைதல்

श्रीभगवानुवाच ।
अनाश्रितः कर्मफलं कार्यं कर्म करोति यः ।
स संन्यासी च योगी च न निरग्निर्न चाक्रियः ॥ ६-१ ॥

அநாஶ்ரித: கர்மபலம் கார்யம் கர்ம கரோதி ய: ।
ஸ ஸந்ந்யாஸீ ச யோகீ ச ந நிரக்நிர்ந சாக்ரிய: ॥ 6.1 ॥

(6.1) கிருஷ்ணர் கூறுகிறார்.
ஆசையில்லாமல் செய்யும் செயலில் பலனை எதிர்ப்பார்க்காமல் கடமையைச் சரிவர செய்பவன் உண்மையான சந்நியாசி என்று அழைக்கப்படுகிறான். அவனே யோகி ஆவான். கடமையைச் செய்யாதவனும், அக்னியை வளர்க்காதவனும் யோகி ஆகமாட்டான்.

युक्ताहारविहारस्य युक्तचेष्टस्य कर्मसु ।
युक्तस्वप्नावबोधस्य योगो भवति दुःखहा ॥ ६-१७॥

யுக்தாஹாரவிஹாரஸ்ய யுக்தசேஷ்டஸ்ய கர்மஸு ।
யுக்தஸ்வப்நாவபோதஸ்ய யோகோ பவதி து:கஹா ॥ 6.17 ॥

(6.17) நாம் உரிய நேரத்தில் முறையாக உண்டு, உறங்கி மனதைச் சீராக ஒழுங்குப்படுத்தி யோக பயிற்சியின் மூலமாக நம் கடமைகளைச் சரியாக செய்துவந்தால் அது நம் வாழ்வில் எல்லா துயரங்களையும் நீக்கி அழித்துவிடும்.

सर्वभूतस्थमात्मानं सर्वभूतानि चात्मनि ।
ईक्षते योगयुक्तात्मा सर्वत्र समदर्शनः ॥ ६-२९॥

ஸர்வபூதஸ்தமாத்மாநம் ஸர்வபூதாநி சாத்மநி ।
ஈக்ஷதே யோகயுக்தாத்மா ஸர்வத்ர ஸமதர்ஶந: ॥ 6.29 ॥

(6.29) உலகளாவிய முன்னோக்கு பார்வை கொண்ட ஒருவன் சம நோக்கு பார்வையைப் பெறுகிறான். அவன் தான் தனக்குள்ளே இருப்பவன் அனைவரின் உள்ளேயும் இருக்கிறான் என்பதையும் உணர்ந்தவன் ஆவான். அவன் மற்றவர்களிடமிருந்து தன்னை வேறுபடுத்திக் காணமாட்டான்.

பாடம் 7: பிரபஞ்சம் முழுவதுமுள்ள பரமாத்மா

உலகின் மிகச் சிறந்தது, தூய்மையானது மற்றும் எதுவாக இருந்தாலும் அது அடிப்படையில் தெய்வீகமானது என்பதை புரிந்துக் கொள்ள வேண்டும்.

பாடம் 7 : அத்தியாயம் : 7

பிரபஞ்சம் முழுவதுமுள்ள பரமாத்மா

யோகம் என்பது ஒன்றுபடுதல் எனப் பொருள்படும். ஒருவன் யோகத்தின் மூலம் இறைவனோடு ஐக்கியமாதல் பற்றிய அறிவியல் முறையை கிருஷ்ணர் அர்ஜுனனுக்கு இந்த அத்தியாயத்தில் உபதேசித்தார். கிருஷ்ணர் அர்ஜுனனிடம், "இப்பிரபஞ்சத்தில் உள்ள அனைத்திலும் இறைவன் நீக்கமற நிறைந்திருக்கிறார் என்றும் கூறினார். மேலும் நானே பொருள்களின் மணமாகவும், சுவையாகவும், வானிலுள்ள சூரிய, சந்திரர்களின் ஒளியாகவும், பிரபஞ்ச உயிர்கள் தோன்றக் காரணமான பொருளாகவும் அனைத்து வேதங்களின் ஓங்கார ஒலியாகவும் இருக்கிறேன்" என்று கூறினார்.

உலகின் மிகச்சிறந்தது, தூய்மையானது மற்றும் எதுவாக இருந்தாலும் அது அடிப்படையில் தெய்வீகமானது என்பதை புரிந்து கொள்ள வேண்டும். மணத்தில் நறுமணமாகவும், தீயின் சுடராகவும், எல்லா உயிரினங்களின் உயிராகவும், தவம் செய்பவர்களின் தவமாகவும் இருக்கிறேன் என்று கூறினார். மேலும், கிருஷ்ணர் அர்ஜுனனிடம் "உலகத்திலுள்ள அனைத்திலும் நானே இருக்கிறேன், அவைகள் அனைத்தையும் உருவாக்கியவனும், அவற்றின் செயல்பாடுகளை இயக்குபவனும் நானே. நானே எங்கும் நீக்கமற நிறைந்திருக்கும் இறைவன்" என்றும் கூறினார்.

பலசாலிக்கு வலிமையையும், தைரியத்தையும் கொடுக்கும் இறைவன், அவனுடைய ஒரே ஒரு ஆசைக்கு மட்டும் அனுமதியளிக்கிறார். அது பற்றில்லாமல் சரிவரச் செய்யும் தன் கடமையே ஆகும். இந்த ஆசையே ஒருவரின் தர்மம் என்றும், நீதிநெறியுடைய கடமை என்றும் கூறப்படுகிறது. ஒவ்வொரு மனிதனும் தர்ம வழிகளில் தங்களது கடமைகளை

நிறைவேற்ற வேண்டும். மாணவரின் கடமை கல்வி கற்பது, ஆசிரியரின் கடமை சரியாக போதிப்பது, அரசியல்வாதியின் கடமை அவர்தம் தொண்டர்களைச் சரிவர வழி நடத்திச்செல்வது, மருத்துவரின் கடமை நோயாளிகளின் நோயை குணப்படுத்துவது மற்றும் ஒரு வீரனின் கடமை தன்னுடைய நாட்டு மக்களைப் பாதுகாப்பது.

இவ்வாறு ஒவ்வொருவரும் அவர்களது தர்மத்தை வெவ்வேறு வழிகளில் செய்தால், நாம் எவ்வாறு அனைவரையும் ஒன்றுபடுத்த முடியும், என்ற கேள்வி நம் மனதில் எழுகிறது. அதற்கும் கிருஷ்ணர் கீதையில் ஒரு பதிலைக் கூறுகிறார். அது என்னவென்றால் "மனிதகுலம் உயரவேண்டும் என்ற நோக்கத்தில் சரியாக செய்யப்படும் கடமையே தர்மங்களில் எல்லாம் தலையாய தர்மமாகும்". இந்த மனநிலையில் நாம் ஒவ்வொருவரும் நமது கடமையை தர்மவழியில் செய்தால், அது நம் மனிதகுலம் அனைத்தையும் ஒற்றுமை அடையச்செய்யும். மேலும் கிருஷ்ணர் அர்ஜுனனிடம், நல்லொழுக்கம் உள்ள மனிதர்கள் சரியான முறையில் கடமைகளைச் செய்தால் எந்தவொரு பாவமும் அவர்களை நெருங்கமுடியாது. ஏனென்றால் அவர்களுக்கு எந்தவொரு பொருளிலும் விருப்பமோ, ஆசையோ கிடையாது என்று கூறுகிறார்.

இத்தகைய மனிதர்களே ஞானிகள் என்று அழைக்கப்படுவார்கள். மேலும் இவ்வுலகில் அனைத்து பொருட்களிலும் பரமாத்மாவே உறைத்துள்ளார் என்பதை உணர்ந்து பக்தியுடன் வழிபடுவார்கள். இவர்களே இவ்வுலகம் போற்றும் சான்றோர்கள் ஆவார்கள்.

அத்தியாயம் 7 : அறிவின் மூலம் ஒன்றுபடுதல்

ज्ञानं तेऽहं सविज्ञानमिदं वक्ष्याम्यशेषतः ।
यज्ज्ञात्वा नेह भूयोऽन्यज्ज्ञातव्यमवशिष्यते ॥ ७-२॥

ஜ்ஞாநம் தே஽ஹம் ஸவிஜ்ஞாநமிதம் வக்ஷ்யாம்யஶேஷத: ।
யஜ்ஜ்ஞாத்வா நேஹ பூயோ஽ந்யஜ்ஜ்ஞாதவ்யமவஶிஷ்யதே ॥ 7.2 ॥

(7.2) நான் உனக்கு யோகத்தில் ஈடுபடுவதன் மூலம் இறைவனோடு ஒன்றிணைக்கும் அறிவியலை விளக்குகிறேன். இந்த ஞானத்தை அறிந்த பிறகு சந்தேகங்கள் வராது. மேலும் எதைப்பற்றியும் அறிய வேண்டிய ஞானமும் தேவையில்லை.

रसोऽहमप्सु कौन्तेय प्रभास्मि शशिसूर्ययोः ।
प्रणवः सर्ववेदेषु शब्दः खे पौरुषं नृषु ॥ ७-८॥

ரஸோ஽ஹமப்ஸு கௌந்தேய ப்ரபாஸ்மி ஶஶிஸூர்யயோ: ।
ப்ரணவ: ஸர்வவேதேஷு ஶப்த: கே பௌருஷம் ந்ருஷு ॥ 7.8 ॥

(7.8) அர்ஜுனா, நான் நீரில் சுவையாகவும், வானிலுள்ள சூரிய, சந்திரர்களின் ஒளியாகவும், பிரபஞ்ச உயிர்கள் தோன்றக் காரணமானதாகவும், அனைத்து வேதங்களின் "ஓம்" என்ற ஓங்கார ஒலியாகவும், மனிதர்களிடம் ஆண்மையாகவும் இருக்கிறேன்.

पुण्यो गन्धः पृथिव्यां च तेजश्चास्मि विभावसौ ।
जीवनं सर्वभूतेषु तपश्चास्मि तपस्विषु ॥ ७-९॥

புண்யோ கந்த: ப்ருதிவ்யாம் ச தேஜஸ்சாஸ்மி விபாவஸௌ ।
ஜீவநம் ஸர்வபூதேஷு தபஸ்சாஸ்மி தபஸ்விஷு ॥ 7.9 ॥

(7.9) இவ்வுலகில் மணத்தில் நறுமணமாகவும், தீயின் சுடராகவும், எல்லா உயிரினங்களின் உயிராகவும், தவம் செய்பவர்களின் தவமாகவும் நான் இருக்கிறேன்.

बलं बलवतां चाहं कामरागविवर्जितम् ।
धर्माविरुद्धो भूतेषु कामोऽस्मि भरतर्षभ ॥ ७-११॥

பலம் பலவதாம் சாஹம் காமராகவிவர்ஜிதம் ।
தர்மாவிருத்தோ பூதேஷு காமோऽஸ்மி பரதர்ஷப ॥ 7.11 ॥

(7.11) வலிமையானவனுக்கும், பலமுள்ளவனுக்கும் நானே பலம். ஆசையும், பற்றுமில்லாமலும் இருப்பவனுக்கு என்னுடைய ஆற்றலைக் கொடுப்பேன். நான் தர்மத்தின் கொள்கைகளுக்கு விரோதம் இல்லாதவன்.

येषां त्वन्तगतं पापं जनानां पुण्यकर्मणाम् ।
ते द्वन्द्वमोहनिर्मुक्ता भजन्ते मां दृढव्रताः ॥ ७-२८॥

யேஷாம் த்வந்தகதம் பாபம் ஜநாநாம் புண்யகர்மணாம் ।
தே த்வந்த்வமோஹநிர்முக்தா பஜந்தே மாம் த்ருடவ்ரதா: ॥ 7.28 ॥

(7.28) பாவத்திலிருந்து முழுமையாக விடுபட்டு நல்லொழுக்கம் உள்ளவர்கள், பொருட்களின் மேல் உள்ள ஆசையைத் துறந்தவர்கள், உறுதியாக என் மீது நம்பிக்கை வைத்து இருப்பவர்கள். அவர்களே, என் பக்தித் தொண்டில் உறுதியுடன் ஈடுபடுவார்கள்.

பாடம் 8: தெய்வீக செயல்களைச் செய்தல்

மனதை ஒருமுகப்படுத்துதல், பக்தி, அர்ப்பணிப்பு ஆகிய மூன்று முக்கிய குணங்களே சாதனையாளர்களுக்கு மிகவும் நன்மை பயக்கும் என்று கிருஷ்ணர் கூறுகிறார்.

அத்தியாயம் : 8

பாடம் : 8

தெய்வீக செயல்களைச் செய்தல்

சாதனையாளர்களுக்குரிய மூன்று முக்கியப் பண்புகள் பற்றி கிருஷ்ணர், கீதையின் எட்டாவது அத்தியாயத்தில் விளக்குகிறார்.

மனதை ஒருமுகப்படுத்துதல், பக்தி, அர்ப்பணிப்பு ஆகிய மூன்று குணங்களே சாதனையாளர்களுக்கு நன்மை பயக்கும் முக்கியமான குணங்கள் என்று கிருஷ்ணர் அடையாளப்படுத்தியுள்ளார். இந்த மூன்று குணங்களோடு ஒருவன், அவன் ஒவ்வொரு செயலையும் செயல்படுத்தினால் அவன் மிகச் சிறந்த வெற்றியை அடைய முடியும். ”நீ எதை நினைக்கிறாயோ அதுவாகவே ஆவாய்” என்ற பழமொழியை நாம் அறிவோம். அதுபோல நாம் எதைப்பற்றி தொடர்ந்து சிந்தித்துக் செயல்படுத்துகிறோமோ, அந்த போற்றப்படும் பொருளுக்கு அருகில் நெருங்கிவிடுவோம். பின்னர் நாமும் அதுவாகவே ஆகிவிடுவோம்.

ஒருமுகப்படுத்துதல் இல்லாமல் இந்த உலகில் எவ்வித பயனுள்ள செயலையும் செய்யமுடியாது. அன்புடனும், நேர்மையுடனும் ஒரு செயலைச் செய்தால் அந்தச் செயல் பக்தியின் செயலாகும். எவ்வித எதிர்பார்ப்பும் இல்லாமல் இறைவனுக்குச் சமர்ப்பிக்கப்படும் செயல்களே இறைவனுக்கு அர்ப்பணமாகிறது. ஒரு செயல் ஒருமித்த மன ஈடுபாடுடனும், பக்தியுடனும், அர்ப்பணிப்புடனும் செய்யப்படும்பொழுது அது தெய்வீகச் செயலாகிறது. மேலும் எப்பொழுதும் இறைவனின் நினைவுடன் ஒருவன் இறைவனுக்கு செய்யும் அர்ப்பணம் அவனை இறைவனோடு கலந்து ஒன்றுபடச் செய்கிறது என்று கிருஷ்ணர் அர்ஜுனனுக்கு உபதேசித்தார். அதே மாதிரி மாணவர்கள், அவர்கள் எல்லா நேரங்களிலும், அதாவது

படிக்கும் பொழுதும், விளையாடும் பொழுதும், சந்தோசமாக அல்லது சோகமாக இருந்தாலும், இறைவனையே நினைத்துக்கொண்டு செயல்பட்டால், அவர்கள் தெய்வக்குழந்தைகள் ஆவார்கள். இவர்களே உண்மையான புதிய மாற்றத்தைக் கொண்டு வரும் வெற்றியாளர்களும் ஆவார்கள். நமது உலகம் சிறந்த பாதையில் செல்வதற்கு முக்கிய பங்கும் வகிப்பார்கள்.

அத்தியாயம் 8 : தெய்வீக செயல்களைச் செய்தல்

तस्मात्सर्वेषु कालेषु मामनुस्मर युध्य च ।
मय्यर्पितमनोबुद्धिर्मामेवैष्यस्यसंशयः ॥ ८-७॥

தஸ்மாத்ஸர்வேஷு காலேஷு மாமநுஸ்மர யுத்ய ச ।
மய்யர்ப்பிதமநோபுத்திர்மாமேவைஷ்யஸ்யஸம்ஶய:॥ 8.7 ॥

(8.7) நீ போரிலும், செயல்களிலும் என்னை நினைத்துக் கொண்டு, உன்னுடைய மனதையும் அறிவையும் எனக்கு அர்ப்பணித்து, உன் மனதை என்னிடம் ஒருமுகப்படுத்தி, என்னையே நினைத்துக் கொண்டு இருந்தால் அர்ஜுனா, நிச்சியம் நீ என்னையே அடைவாய்.

अभ्यासयोगयुक्तेन चेतसा नान्यगामिना ।
परमं पुरुषं दिव्यं याति पार्थानुचिन्तयन् ॥ ८-८॥

அப்யாஸயோகயுக்தேந சேதஸா நாந்யகாமிநா ।
பரமம் புருஷம் திவ்யம் யாதி பார்த்தாநுசிந்தயந்॥ 8.8 ॥

(8.8) அர்ஜுனா, அர்ப்பணிப்பின் முயற்சிகளை ஒழுங்குப்படுத்தி, ஒருமித்த மனதுடன் யார் இறைவனைத் தேடி யோகா பயிற்சி செய்கிறார்களோ அவர்கள் நிச்சயமாக என்னை அடைவார்கள்.

अनन्यचेताः सततं यो मां स्मरति नित्यशः ।
तस्याहं सुलभः पार्थ नित्ययुक्तस्य योगिनः ॥ ८-१४॥

அநந்யசேதா: ஸததம் யோ மாம் ஸ்மரதி நித்யஶ:।
தஸ்யாஹம் ஸுலப: பார்த்த நித்யயுக்தஸ்ய யோகிந:॥ 8.14॥

(8.14) அர்ஜுனா, மனக்குழப்பம் இல்லாமல் யோகப்பயிற்சி செய்பவனும், எப்பொழுதும் என்னையே நினைப்பவனும், மனதில் என்னைத் தவிர வேறு எண்ணமின்றி இருப்பவனும் எவனோ, அவனே என்னுடன் எளிதாக இணைவான்.

பாடம் 9: பிரார்த்தனையின் வழி

எந்த வழியில் இறைவனை வழிபட்டாலும் அதை உண்மையாகவும், அன்போடும், பக்தியோடும் செய்தால் அந்த வழிபாடு முழுமையடையும்.

பாடம் : 9

அத்தியாயம் : 9

பிரார்த்தனையின் வழி

கடவுளை வழிபடுவதற்கு நிறைய சம்பிரதாயங்களும் வழிமுறைகளும் இருந்தாலும் நாம் சிலசமயங்களில் எவ்வழியில் இறைவனை வழிபடுவது எனக் குழப்பம் அடையத்தான் செய்கிறோம்.

இதற்கு கிருஷ்ணர் பதில் கூறுகிறார். எந்த வழியில் இறைவனை வழிபட்டாலும் அதை உண்மையாகவும், அன்போடும், பக்தியோடும் செய்தால் அந்த வழிபாடு முழுமையடையும். நாம் பக்தியோடு இறைவனுக்கு ஒரு பூவையோ, இலையையோ, நீரையோ படைத்தாலும் கூட அதையே தூய்மையோடும், பக்தியோடும் செய்தால் இறைவன் ஏற்றுக்கொள்கிறார்.

சில சமயங்களில் நம்மில் பலர் ஆலயங்களில் வழிபடும் போது அமைதியுடன் இருப்பதும், வழிபாட்டுத்தலங்களை விட்டு வெளியே வந்தவுடன் மற்றவர்களிடம் ஆத்திரம் கொண்டு உரக்கப் பேசுவதையும் பார்க்கிறோம். அது மிகவும் தவறான செயல். ஆகையால் கிருஷ்ணர் நமது செயல்களை கடவுளின் மீது உள்ள பக்திக்கு முழுமையாக அர்ப்பணிக்கும்படி அறிவுறுத்துகிறார்.

இந்த வழியை கடைபிடித்தால் நாம் கோபம், வேதனையிலிருந்து விடுப்பட்டு சந்தோசமாகவும், அமைதியாகவும் இருக்க முடியும். நாம் நமது தியாகத்தை பிரார்த்தனை மூலம் வெளிப்படுத்தினால் எவ்வித சுமைகளையும் உணரமாட்டோம். தோல்விகளையும் அடைய மாட்டோம். நாம் சந்தோசமாக இருக்கும்பொழுதும் மற்றவர்களுக்கு உதவி செய்யும்பொழுதும் நமது கடமைகளைச் சுதந்திரமாக செய்ய முடியும். இதைக் கடைப்பிடித்தால்

நன்மை தீமைகளைப் பற்றி எப்பொழுதும் கவலைப்படத் தேவையில்லை. மேலும் நம் உள்மனது சொல்வதை பின்பற்றி நம் உண்மையான திறனையும் விதியையும் உணரலாம்.

அத்தியாயம் 9 : உச்சமான அறிவு-இரகசியங்களின் இரகசியம்

पत्रं पुष्पं फलं तोयं यो मे भक्त्या प्रयच्छति ।
तदहं भक्त्युपहृतमश्नामि प्रयतात्मनः ॥ ९-२६ ॥

பத்ரம் புஷ்பம் பலம் தோயம் யோ மே பக்த்யா ப்ரயச்சதி ।
ததஹம் பக்த்யுபஹ்ருதமஶ்நாமி ப்ரயதாத்மந: ॥ 9.26 ॥

(9.26) யார் பக்தியோடு இறைவனுக்கு ஒரு பூவையோ, இலையையோ, நீரையோ படைத்தாலும் கூட அதையே தூய்மையோடும், பக்தியோடும் செய்தால் நான் ஏற்றுக் கொள்வேன்.

यत्करोषि यदश्नासि यज्जुहोषि ददासि यत् ।
यत्तपस्यसि कौन्तेय तत्कुरुष्व मदर्पणम् ॥ ९-२७॥

யத்கரோஷி யதஶ்நாஸி யஜ்ஜுஹோஷி ததாஸி யத் ।
யத்தபஸ்யஸி கௌந்தேய தத்குருஷ்வ மதர்ப்பணம் ॥ 9.27 ॥

(9.27) உங்கள் தியாகம், இன்பம், செயல், தவம், அர்ப்பணிப்பு, உதவி எல்லாவற்றிலும் உங்கள் ஆத்மாவின் முயற்சிகளையும் அதன் விருப்பத்தையும் ஒழுங்குப்படுத்தி எனக்கு அர்ப்பணம் செய்து விடுங்கள்.

शुभाशुभफलैरेवं मोक्ष्यसे कर्मबन्धनैः ।
संन्यासयोगयुक्तात्मा विमुक्तो मामुपैष्यसि ॥ ९-२८॥

ஶுபாஶுபபலைரேவம் மோக்ஷ்யஸே கர்மபந்தநை: ।
ஸந்ந்யாஸயோகயுக்தாத்மா விமுக்தோ மாமுபைஷ்யஸி ॥ 9.28 ॥

(9.28) **உங்களது மனதைத் தூய்மையாக என்னிடம் வைத்தால் எல்லா நன்மை தீமைகளிலும் இருந்து நீங்கள் விடுதலை அடைவீர்கள். கர்மம் என்னும் பந்தத்திலிருந்து விடுதலை அடைவீர்கள். நீங்கள் சுதந்திரமாக என்னை முழுமையாக உணர்வீர்கள்.**

பாடம் 10: இயற்கையில் தெய்வீகத்தை உணர்தல்

இயற்கையின் சிறந்த குணங்களான பெண்மை, புகழ், பேரழகு, புத்திக் கூர்மை. ஞானம் மற்றும் மன்னித்தல் ஆகிய அனைத்திலும் இறைவன் உள்ளான்.

பாடம் : 10

அத்தியாயம் : 10

இயற்கையில் தெய்வீகத்தை உணர்தல்

இந்த உலகம் தோன்றுவதற்கு முன்பே தோன்றிய பிரபஞ்சத்தையும் அதில் உள்ள அனைத்தையும் இயக்குபவன் இறைவனே என்பதை எவன் உணர்கிறானோ, அவனே எப்பொழுதும் மனதில் எவ்வித குழப்பமும், பயமும் இல்லாமல் வாழ்வான். அவனை எவ்வித தீயசக்திகளும் நெருங்காது, மற்றும் அவற்றின் சூழ்ச்சிகளுக்கும் இறையாகமாட்டான் என்று கிருஷ்ணர் அர்ஜுனனுக்கு கூறுகிறார்.

அர்ஜுனன் கிருஷ்ணரிடம் இவ்வுலகில் உள்ள இறைவனை நாம் எவ்வாறு அறிவது? அல்லது அனைத்திலும் இறைவனே இருக்கிறான் என்பதை எவ்வாறு உணர்வது? என்று கேட்டான்.

அதற்கு கிருஷ்ணர் அர்ஜுனனிடம் "உலகிலுள்ள அனைத்து உயர்களின் உள்ளேயும் இறைவன் இருக்கிறார். நுண்ணுயிர்கள் முதல் மிகப் பெரிய விலங்கினங்கள் வரைஅனைத்திலும் உறைந்துள்ள இறைவன் அவைகளின் பிறப்பு இறப்பிற்கும் காரணகர்த்தாவாக இருக்கிறார்" என்று கூறுகிறார். மேலும் நாம் இறைகுணத்தின் மூலமாக மட்டுமே இவ்வுலகிலுள்ள அனைத்திலும் இறைவன் உறைந்துள்ளான் என்பதை உணரமுடியும்.

இயற்கையின் சிறந்த குணங்களான பெண்மை, புகழ், பேரழகு, புத்திக்கூர்மை, அறிவு, ஞானம் மற்றும் மன்னித்தல் ஆகிய அனைத்திலும் இறைவன் உள்ளான். மேலும் அரசரின் திறமையாகவும் அடக்கி ஆள்பவரின் சக்தியாகவும், வெற்றியாளரின் சூட்சுமமாகவும், ரகசியத்தின் மௌனமாகவும், ஞானிகளின் ஞானமாகவும் இருக்கிறேன் என்று கிருஷ்ணர் கூறுகிறார். அதனால்தான் இறை உணர்வு

மட்டுமே ஒருவனை அறிவாளியாகவும் அனைத்திலும் முதன்மையானவனாகவும் ஆக்க முடியும்.

இவ்வுலகிலுள்ள மாபெரும் பொருள்கள், அற்புதமான பொருள்கள் மட்டுமின்றி அனைத்து அழகிய பொருள்களிலும் இறைவன் இருக்கின்றார். பிரகாசமான பொருள்களில் மட்டுமில்லாது, பிரபஞ்சத்திலுள்ள அனைத்து பொருள்களின் சக்தியாகவும், சூரியனாகவும இறைவன் இருக்கின்றார்.

இறைவன் இப்பிரபஞ்சத்தில் எல்லா இடங்களிலும் இருக்கிறார் என்றும் இந்த பிரபஞ்சமே இறைவனின் ஒரு "சிறு துளியே" என்றும் நாம் உணர்ந்தால் கடவுளின் எல்லா அவதாரங்களையும், வடிவங்களையும் அறிய வேண்டிய அவசியம் இருக்காது என்று கிருஷ்ணர் அர்ஜுனனிடம் உபதேசித்தார்.

அத்தியாயம் 10 : பிரபஞ்சக் கடவுள், உலகக்-கடவுள் மற்றும் அவர்களின் பிரிதிநிதிகள்

यो मामजमनादिं च वेत्ति लोकमहेश्वरम् ।
असम्मूढः स मर्त्येषु सर्वपापैः प्रमुच्यते ॥ १०-३॥

யோ மாமஜமநாதிம் ச வேத்தி லோகமஹேஶ்வரம் ।
அஸம்மூட: ஸ மர்த்த்யேஷு ஸர்வபாபை: ப்ரமுச்யதே ॥ 10.3 ॥

10.3 எவனொருவன், நான் தொடக்கமில்லாதவன் மற்றும் பிறப்பற்றவன் எனவும், இவ்வுலகிலுள்ள மனிதர்களுக்கு நானே இறைவன் என்றும் அறிகிறானோ அவன் மனதில் எவ்வித குழப்பமும் இல்லாமல் இருப்பான். எந்தவித தீயசக்திகளுக்கும் அவற்றின் சூழ்ச்சிகளுக்கும் இரையாக மாட்டான்.

अहमात्मा गुडाकेश सर्वभूताशयस्थितः ।
अहमादिश्च मध्यं च भूतानामन्त एव च ॥ १०-२०॥

அஹமாத்மா குடாகேஶ ஸர்வபூதாஶயஸ்தித: ।
அஹமாதிஶ்ச மத்யம் ச பூதாநாமந்த ஏவ ச ॥ 10.20 ॥

10.20 அர்ஜுனா உலகிலுள்ள அனைத்து உயிர்களின் உள்ளேயும் நானே இருக்கிறேன். நுண்ணுயிர்கள் முதல் மிகப்பெரிய உயிரினங்கள் வரை அனைத்திலும் உறைந்துள்ளவன் நானே. எல்லா உயிர்களின் ஆரம்பமும், நடுவும், முடிவும் நானே.

मृत्युः सर्वहरश्चाहमुद्भवश्च भविष्यताम् ।
कीर्तिः श्रीर्वाक्च नारीणां स्मृतिर्मेधा धृतिः क्षमा ॥ १०-३४॥

ம்ருத்யு: ஸர்வஹரஶ்சாஹமுத்பவஶ்ச பவிஷ்யதாம் ।
கீர்த்தி: ஶ்ரீர்வாக்ச நாரீணாம் ஸ்ம்ருதிர்மேதா த்ருதி: க்ஷமா ॥ 10.34 ॥

10.34 எல்லாவற்றையும் அழிக்கும் மரணம் நான். எல்லா உயிரினங்களின் பிறப்பும் நான். பேரழகு, வாக்கு, புத்திக்கூர்மை, அறிவு, ஞானம் ஆகிய அனைத்தும் என்னுடைய பண்புகளே. பெண்மையின் மன்னித்தல், பொறுமை மற்றும் நல்லொழுக்கம் ஆகிய அனைத்திலும் நானே உள்ளேன்.

दण्डो दमयतामस्मि नीतिरस्मि जिगीषताम् ।
मौनं चैवास्मि गुह्यानां ज्ञानं ज्ञानवतामहम् ॥ १०-३८॥

தண்டோ தமயதாமஸ்மி நீதிரஸ்மி ஜிகீஷதாம் ।
மௌநம் சைவாஸ்மி குஹ்யாநாம் ஜ்ஞாநம் ஜ்ஞாநவதாமஹம் ॥ 10.38 ॥

10.38 அரசரின் திறமையாகவும், அடக்கி ஆள்பவரின் சக்தியாகவும், வெற்றியாளரின் வெற்றி உத்தியாகவும், ரகசியத்தின் மௌனமாகவும், ஞானிகளின் ஞானமாகவும் இருக்கிறேன்.

यद्यद्विभूतिमत्सत्त्वं श्रीमदूर्जितमेव वा ।
तत्तदेवावगच्छ त्वं मम तेजोंऽशसम्भवम् ॥ १०-४१ ॥

யத்யத்விபூதிமத்ஸத்த்வம் ஶ்ரீமதூர்ஜிதமேவ வா ।
தத்ததேவாவகச்ச த்வம் மம தேஜோऽம்ஶஸம்பவம் ॥ 10.41 ॥

10.41 அழகான மற்றும் அற்புதமான உயிரினங்களிலும் சக்திவாய்ந்த மற்றும் புகழ்பெற்ற அனைத்து விசயங்களிலும் உள்ள ஆற்றல்கள் என்னிடமிருந்து வருகின்றன. அவை எல்லாம் என்னிடம் உள்ள ஒரு சிறு துளியே என்பதை அறிவீர்கள்.

பாடம் 11: சிறந்த மாணவன்

சிறந்த மாணவர்கள் தங்களது கடமைகளை விருப்பு வெறுப்பின்றி நிறைவேற்றுபவர்கள் மேலும், அவர்கள் தெய்வீகக் கருவிகளாக செயல்படுவார்கள்.

பாடம் 11 : அத்தியாயம் : 11

சிறந்த மாணவன்

தெய்வீக சக்திகளின் அனைத்து பண்புகளையும் கிருஷ்ணர் விவரித்த பொழுதும் அர்ஜுனனுக்கு இறைவனைப் பற்றிய ஆர்வம் தணியவில்லை. எனவே, அவன் கிருஷ்ணரிடம் எனக்கு இப்பிரபஞ்சத்திலுள்ள இறைவனின் முழுத்தோற்றத்தையும் காட்டுக என்று வேண்டினான்.

பொதுவாக நமது கண்களால் ஒரு குறிப்பிட்ட தூரம் வரை உள்ள பொருட்களை மட்டுமே பார்க்க இயலும். நம்மால் மிகுந்த வெளிச்சம் தரும் சூரியனை நேரடியாக வெறும் கண்களால் காண முடியாது. புகைக்கண்ணாடி மூலமே காண இயலும். இதுபோல, தெய்வத்தையும் தெய்வீக சக்தியையும் சாதாரணக் கண்களால் பார்த்து உணர முடியாது என்று கிருஷ்ணர் அர்ஜுனனிடம் கூறினார். அதற்கு அர்ஜுனன் கிருஷ்ணரிடம், தான் தெய்வத்தைக் காண்பதற்கு உதவி செய்யுமாறு வேண்டுகிறான். அர்ஜுனன் தூய உள்ளத்துடனும், பக்தியுடனும், கிருஷ்ணரின் உற்ற நண்பராகவும் இருப்பதால், அவனுக்கு இறைவனின் விஸ்வரூபத்தைக் காட்டுவதற்கு கிருஷ்ணர் சம்மதித்தார்.

கடைசியாக அர்ஜுனன் பிரபஞ்சத்தின் முழுத்தோற்றமான இறைவனின் விஸ்வரூபத்தை கண்டு பிரமிக்கிறான். ஆயிரம் சூரியன்கள் ஒன்றிணைந்து தனக்கு எதிரில் வந்து நிற்பது போலவும், அதன் பேரொளி கண்கவரும் தேவலோக சொர்க்கம் போல் மின்னுவதையும் பார்த்து அதிசயிக்கிறான். எனினும், காணவே முடியாத அளவிற்கு உள்ள மிகப் பிரம்மாண்டமான உருவத்தையும், சக்தியையும், ஒளியையும் கொண்ட இறைவனைக் கண்டு, மாவீரன் அர்ஜுனன் ஒருக்கணம் பயந்து பீதியடைந்தான். இப்பிரபஞ்சத்தின் அனைத்து பொருள்களும், உயிர்களும் அக்கினிப்பிளம்பாக விஸ்வரூபத்திலிருக்கும் இறைவனுக்கு உள்ளே இருப்பதைப்

பார்த்ததும், அவன் மனம் முதலில் அனுபவித்த அமைதித் தன்மையினை இழந்து விரக்தி அடைந்தது. அர்ஜுனன் உடனே மிகுந்த பய உணர்வுடன் மயிர்கூச்செறிந்து இறைவனின் முன்னால் தரையில் நெடுஞ்சாண்கிடையாக விழுந்து வணங்கினான். அதேசமயம் இறைவன் அர்ஜுனனை நோக்கி "காலமும் நானே, அனைத்தையும் அழிப்பவனும் நானே, தீயோர்களைக் கொல்பவனும் நானே" என இடிமுழக்கக் குரலில் கர்ஜிக்கிறார். உடனே அர்ஜுனன், இறைவனைப் பார்த்து, அவருடைய பராக்கிரம விஸ்வரூப உருவத்திலிருந்து அமைதியான சாந்தசொரூப உருவத்திற்கு மாறுமாறு வேண்டுகிறான், அதுவே, அவனது இதயத்திற்கும் மனத்திற்கும் இதமளிக்கும் என்று கூறினான். அதற்கு இணங்கி, இறைவனும் தன் இயல்பான சாந்த சொரூப நிலையை அடைய அர்ஜுனனும் மகிழ்ச்சியடைந்தான். அமைதியான நிலையில் சாதாரண உருவில் இருந்த இறைவன், அர்ஜுனனிடம் உன் கடமைகளை உண்மையாகவும், பக்தியுடனும் செய்தால், எப்பொழுதும் அனைவருடனும் சுதந்திரமாகவும், நட்புடனும் இருக்கலாம். அதன் மூலம் நீயும் தெய்வத்துடன் இணையலாம் என்று உபதேசித்தார்.

கிருஷ்ணர் அர்ஜுனனுக்கு கூறிய இந்த அறிவுரை, தற்கால மாணவர்களுக்கும் மிகப் பொருத்தமானது தானே. தங்களது கடமைகளை விருப்பு வெறுப்பின்றி இறையருளுடன் நிறைவேற்றுபவர்கள் சிறந்த மாணவர்கள். அவர்கள் தெய்வீகக் கருவிகளாக செயல்படுவார்கள்.

அத்தியாயம் 11 : இறைவனின் விஸ்வரூபம்

दिवि सूर्यसहस्रस्य भवेद्युगपदुत्थिता ।
यदि भाः सदृशी सा स्याद्भासस्तस्य महात्मनः ॥ ११-१२॥

திவி ஸூர்யஸஹஸ்ரஸ்ய பவேத்யுகபதுத்திதா ।
யதி பா: ஸத்ருஶீ ஸா ஸ்யாத்பாஸஸ்தஸ்ய மஹாத்மந: ॥ 11.12 ॥

(11.12) ஆயிரம் சூரியன்கள் ஒன்றிணைந்து எதிரில் வந்து நிற்பது போலவும், அதன் பேரொளி ஒன்றிணைந்தது போலவும் பரலோகத்திலிருக்கும் பரமாத்மாவின் உருவம் காட்சியளித்தது.

तत्रैकस्थं जगत्कृत्स्नं प्रविभक्तमनेकधा ।
अपश्यद्देवदेवस्य शरीरे पाण्डवस्तदा ॥ ११-१३॥

தத்ரைகஸ்தம் ஜகத்க்ருத்ஸ்நம் ப்ரவிபக்தமநேகதா ।
அபஶ்யத்தேவதேவஸ்ய ஶரீரே பாண்டவஸ்ததா ॥ 11.13 ॥

(11.13) இறைவனுடைய விஸ்வரூபத்தில் இவ்வுலகிலுள்ள அனைத்து பொருள்களும், உயிர்களும் இறைவனுக்கு உள்ளே இருப்பதை அர்ஜுனன் பார்த்தான்.

नभःस्पृशं दीप्तमनेकवर्णं
व्यात्ताननं दीप्तविशालनेत्रम् ।
दृष्ट्वा हि त्वां प्रव्यथितान्तरात्मा
धृतिं न विन्दामि शमं च विष्णो ॥ ११-२४॥

நப:ஸ்ப்ருஶம் தீப்தமநேகவர்ணம்
வ்யாத்தாநநம் தீப்தவிஶாலநேத்ரம் ।
த்ருஷ்ட்வா ஹி த்வாம் ப்ரவ்யதிதாந்தராத்மா
த்ருதிம் ந விந்தாமி ஶமம் ச விஷ்ணோ ॥ 11.24 ॥

(11.24) வான் அளவிற்கு பிரகாசிக்கும் பன்மடங்கு எரியும் வெளிப்பாடுடனும், திறந்த வாயுடனும் எங்கும் நிறைந்த கனல் வீசும் கண்களுடனும் உள்ள உன் உருவத்தை என்னால் அமைதியுடனும் சந்தோசத்துடனும் பார்க்க முடியவில்லை. எனக்குள் இருக்கும் பயம் குறையவில்லை. என் மனம் கலங்குகிறது.

श्रीभगवानुवाच ।
कालोऽस्मि लोकक्षयकृत्प्रवृद्धो
लोकान्समाहर्तुमिह प्रवृत्तः ।
ऋतेऽपि त्वां न भविष्यन्ति सर्वे
येऽवस्थिताः प्रत्यनीकेषु योधाः ॥ ११-३२॥

ஶ்ரீபகவானுவாச

காலோऽஸ்மி லோகக்ஷயக்ருத்ப்ரவ்ருத்தோ

லோகாந்ஸமாஹர்த்துமிஹ ப்ரவ்ருத்த: ।

ருதேऽபி த்வாம் ந பவிஷ்யந்தி ஸர்வே

யேऽவஸ்திதா: ப்ரத்யநீகேஷு யோதா: ॥ 11.32 ॥

(11.32) **கிருஷ்ணர் கூறுகிறார்: காலமும் நானே, அனைத்தையும் அழிப்பவனும் நானே இவ்வுலகிலுள்ள எல்லா உயிர்களையும் அழிப்பவனும் நானே. நீ இல்லாவிடிலும் எதிர் அணியில் உள்ள சேனைகளில் இருக்கும் போர் வீரர்கள் எல்லோரும் அழிக்கப்படுவார்கள்.**

मत्कर्मकृन्मत्परमो मद्भक्तः सङ्गवर्जितः ।
निर्वैरः सर्वभूतेषु यः स मामेति पाण्डव ॥ ११-५५॥

மத்கர்மக்ருந்மத்பரமோ மத்பக்த: ஸங்கவர்ஜித: ।

நிர்வைர: ஸர்வபூதேஷு ய: ஸ மாமேதி பாண்டவ ॥ 11.55 ॥

(11.55) **அர்ஜுனா, என்னிடம் சரணடைந்து விடு. என்னுடைய உத்தரவை நிறைவேற்று. என்னுடைய பக்தனாகவும், என்னுடைய செயல்களுக்கு கருவியாகவும், எல்லோரிடமும் பகைமை பாராட்டாதவனும், ஆசையிலிருந்து விடுபடுபவனும், என்னையே ஏற்றுக் கொள்பவனும் என்னை அடைவான்.**

பாடம் 12: பக்தனின் யோகவழி

எந்த முறையில் வழிபடுகிறோம் என்பது முக்கியமல்ல அதைவிட பக்தியும், பக்தனுக்குள்ள நம்பிக்கையும் முக்கியமானது.

பாடம் 12 : அத்தியாயம் : 12

பக்தனின் யோகவழி

மிகுந்த அன்போடும், மிக்க நன்றியுடனும் இறைவனின் விஸ்வரூபத்தைக் கண்டு பிரமித்த அர்ஜுனன், கிருஷ்ணரிடம் பக்தியைப் பற்றிய முக்கியமான கேள்வி ஒன்றைக் கேட்டான். "இவ்வுலகில் யார் மிகச் சிறந்த பக்தர்? உருவ வழியில் தெய்வத்தை வழிபடுபவரா? அல்லது உருவமின்றி எங்கும் நிறைந்துள்ள தெய்வத்தை வழிபடுபவரா?" என்று கேட்டான்.

அதற்கு பதலளித்த கிருஷ்ணர், அர்ஜுனா, நாம் எந்த முறையில் வழிபடுகிறோம் என்பது முக்கியம் அல்ல, அதை விட பக்தியும், அதன்மீது பக்தனுக்குள்ள நம்பிக்கையும் முக்கியமாகும் எனக் கூறினார். எந்த ஒரு பக்தன் தன் மனதை நிலையாக ஒருமுகப்படுத்தி, முழு மனதுடனும், எவ்வித சந்தேகமும் இல்லாமலும் இறைப்பற்றுடனும் இறைவனை வழிப்படுகிறானோ, அவனே சிறந்த பக்தனாவான் என்று கிருஷ்ணர் கூறினார். அவ்விதமெல்லாம், இறைவனைத் தொடர்ந்து வழிப்படுவதற்குக் கடினமாக இருந்தால் அதைக்களைய மூன்று உபாயங்களை கிருஷ்ணர் கூறுகிறார்.

அந்த உபாயங்கள் முறையே:

1. இறைவனை பக்தியுடன் வழிபடும் பொழுது மனதை திடமாகவும், ஒருமுகப்படுத்தவும் முடியவில்லை என்றால் அவன் யோக முறைகளை பயிற்சி செய்து மனதைத் திடமாகவும் ஒருமுகப்படுத்தவும் கற்றுக் கொள்ள வேண்டும்.
2. யோகமுறைகளைக் கற்றுக்கொள்வது கடினமென்றால், அவன் செய்யும் அனைத்துச் செயல்களையும் இறைவனுக்கே அர்ப்பணித்துவிட வேண்டும். அவ்வாறு இறைவனுக்கு அர்ப்பணிக்கும் பொழுது, நமது செயல்கள் அனைத்தும் முழுமையடைகிறது.

3. தன் செயல்களைச் செய்யும் பொழுது, எல்லா நேரங்களிலும் இறைவனை நினைத்துச் செயல்படமுடியவில்லை என்றால், சுயகட்டுப் பாட்டுடன் செயலின் பலன்களை எதிர்பார்க்காமல், தனது கடமைகளைச் செய்ய வேண்டும்.

சிறந்த பக்தனாவதற்கு கிருஷ்ணரால் கூறப்பட்ட இந்த மூன்று உபாயங்களும் அர்ஜுனனுக்கு மட்டுமல்ல நம் அனைவருக்கும் ஏற்றதாக இருக்கும். நாம் ஒவ்வொருவரும், இந்த மூன்று உபாயங்களில் ஏதேனும் ஒன்றைக் கடைப்பிடிக்கலாம். நாம் நம் வாழ்வில் தெய்வீகத்தை அடைய விரும்பினால், நம் மனதை திடமுடன் ஒருமுகப்படுத்தி இறைப்பற்றுடன் நம் செயல்களைச் செய்ய வேண்டும். அந்த செயலில் முழுநிறைவு அடைய வேண்டுமென்றால் அச்செயலை முழுமையாக இறைவனுக்கு அர்ப்பணம் செய்ய வேண்டும். நாம் எப்பொழுதும் சுதந்திரமாகவும், சந்தோசமாகவும் இருக்க வேண்டுமென்றால் நம் செயல்களின் பலன்கள் அனைத்தையும் இறைவனுக்கே அர்ப்பணம் செய்து விட வேண்டும்.

மேலே கூறிய மூன்று உபாயங்களில் ஏதேனும் ஒன்றை கடைப்பிடிப்பவர்கள், எப்பொழுதும் அமைதியுடனும், எவருடனும் பகைமை இல்லாமலும் வாழ்வார்கள். அவர்கள் உலகிலுள்ள அனைவரிடமும் அன்புடனும் நட்புடனும் நடந்து கொள்வார்கள். அவர்களுக்கு எப்பொழுதும் "நான்" என்ற அகங்காரம் இருக்காது. எல்லாம் தமக்கு உரியன என்ற கர்வமும், மற்றவர்களைத் துன்புறுத்தும் குணமும் இருக்காது. அவர்களும் மற்றவர்களால் துன்புறுத்தப்பட மாட்டார்கள்.

கிருஷ்ணர் அர்ஜுனனிடம் யார் இறைவனின் மிகவும் நெருங்கிய சிறந்த பக்தன் என்பதை விளக்கினார். தனது வாழ்வின் நோக்கம் இறைவனை நேசிப்பதே என்று செயல்படுபவனே இறைவனால் மிகவும் விரும்பப்படும் சிறந்த பக்தனாவான். அவனே இறைவனின் அனைத்து உபதேசங்களையும் கடைப்பிடித்து வாழ்பவன் ஆவான். அம்மனிதனின் வாழ்வே மனிதகுலத்திற்கு சிறந்த உதாரணமாக அமையும். மனித சமுதாயம் வளம் பெறவும் உதவும்.

அத்தியாயம் 12 : பக்தனின் யோகவழி

अर्जुन उवाच ।
एवं सततयुक्ता ये भक्तास्त्वां पर्युपासते ।
ये चाप्यक्षरमव्यक्तं तेषां के योगवित्तमाः ॥ १२-१॥

அர்ஜுந உவாச
ஏவம் ஸததயுக்தா யே பக்தாஸ்த்வாம் பர்யுபாஸதே।
யே சாப்யக்ஷரமவ்யக்தம் தேஷாம் கே யோகவித்தமா:॥ 12.1॥

(12.1) அர்ஜுனன் வினவினான்
உன்னையே தொடர்ந்து தேடும் பக்தர்கள் இருக்கிறார்கள். ஆனால் யோகாவைப் பற்றி யார் மிகப்பெரிய அறிவை கொண்டவர்கள். உருவ வழியில் தெய்வத்தை வழிபடுபவரா? அல்லது உருவமின்றி எங்கும் நிறைந்துள்ள தெய்வத்தை வழிபடுபவரா?

मय्यावेश्य मनो ये मां नित्ययुक्ता उपासते ।
श्रद्धया परयोपेताः ते मे युक्ततमा मताः ॥ १२-२॥

ஸ்ரீபகவாநுவாச
மய்யாவேஸ்ய மநோ யே மாம் நித்யயுக்தா உபாஸதே।
ஸ்ரத்தயா பரயோபேதாஸ்தே மே யுக்ததமா மதா:॥ 12.2॥

(12.2) கிருஷ்ணர் கூறுகிறார்
எந்த ஒரு பக்தன் தன் மனதை நிலையாக ஒருமுகப்படுத்தி, முழுமனதுடனும் என் மீது நம்பிக்கையுடனும் இறைப் பற்றுடனும் என்னை வழிபடுகிறானோ, அவனே சிறந்த பக்தனாவான்.

अथ चित्तं समाधातुं न शक्नोषि मयि स्थिरम् ।
अभ्यासयोगेन ततो मामिच्छाप्तुं धनञ्जय ॥ १२-९॥

அத சித்தம் ஸமாதாதும் ந ஶக்நோஷி மயி ஸ்திரம் ।
அப்யாஸயோகேந ததோ மாமிச்சாப்தும் தநஞ்ஜய ॥ 12.9 ॥

(12.9) அர்ஜுனா, இறைவனை வழிபடும் பொழுது மனதைத் திடமாகவும், ஒருமுகப்படுத்தவும் முடியவில்லை என்றால் யோக முறைகளை பயிற்சி செய்து மனதைத் திடமாகவும் ஒருமுகப்படுத்தவும் கற்றுக் கொள்ள வேண்டும்.

अभ्यासेऽप्यसमर्थोऽसि मत्कर्मपरमो भव ।
मदर्थमपि कर्माणि कुर्वन्सिद्धिमवाप्स्यसि ॥ १२-१० ॥

அப்யாஸேऽப்யஸமர்த்தோऽஸி மத்கர்மபரமோ பவ ।
மதர்த்தமபி கர்மாணி குர்வந்ஸித்திமவாப்ஸ்யஸி ॥ 12.10 ॥

(12.10) யோக முறைகளைக் கற்றுக் கொள்வது கடினமென்றால் செய்யும் அனைத்துச் செயல்களையும் இறைவனுக்கே அர்ப்பணித்து விட வேண்டும். அவ்வாறு இறைவனுக்கு அர்ப்பணிக்கும் பொழுது, நமது செயல்கள் முழுமையடைகின்றன.

अथैतदप्यशक्तोऽसि कर्तुं मद्योगमाश्रितः ।
सर्वकर्मफलत्यागं ततः कुरु यतात्मवान् ॥ १२-११ ॥

அதைததப்யஶக்தோऽஸி கர்த்தும் மத்யோகமாஶ்ரித: ।
ஸர்வகர்மபலத்யாகம் தத: குரு யதாத்மவாந் ॥ 12.11 ॥

(12.11) என்னைப்பற்றி நினைத்து உன் செயல்களை செய்ய முடியவில்லை என்றால் செயலின் பலன்களை எதிர்பார்க்காமல் தன்னைத் தானே கட்டுப்படுத்தி எல்லாச் செயல்களையும் செய்ய வேண்டும்.

ये तु धर्म्यामृतमिदं यथोक्तं पर्युपासते ।
श्रद्दधाना मत्परमा भक्तास्तेऽतीव मे प्रियाः ॥ १२-२० ॥

யே து தர்ம்யாம்ருதமிதம் யதோக்தம் பர்யுபாஸதே ।
ஶ்ரத்ததாநா மத்பரமா பக்தாஸ்தேऽதீவ மே ப்ரியா: ॥ 12.20 ॥

(12.20) தனது வாழ்வின் நோக்கம் என்னை நேசிப்பதே என்று செயல்படுபவனே என்னால் மிகவும் விரும்பப்படும் சிறந்த பக்தனாவான். என்னுடைய அனைத்து உபதேசங்களையும் கடைப்பிடித்து பக்தியோடு இருப்பவனின் வாழ்வு அழியாத தர்மத்தின் எடுத்துக்காட்டாக இருக்கும்.

பாடம் 13: பெண்மையின் வடிவான தெய்வீகம்

படைத்தவன் போலவே படைப்பும் அழியாத தன்மையுடையது. அனைத்து உயிரினங்களும் தெய்வீகமான பெண்மையின் கூறுகளாகும்.

பாடம் 13 : அத்தியாயம் : 13

பெண்மையின் வடிவான தெய்வீகம்

சிறுவர்கள் பலர் விளையாடிக் கொண்டு இருக்கும் விளையாட்டு மைதானங்களில் அல்லது வேறு இடங்களில், நாம் நடந்து செல்லும் பொழுது, திடீரென்று ஒரு பந்து நம்மை நோக்கி வருவதைப் பல நேரங்களிலும் பார்த்திருக்கிறோம். நாம் மிகவும் கவனமாக இருந்தால் பந்து நம்மேல் விழாமல் நகர்ந்து கொள்வோம். இல்லையென்றால் பந்து நம்மைத் தாக்கிவிடும். இதே மாதிரியாக நம் வாழ்வில் எப்பொழுதும் மிகவும் கவனமாகவும், எச்சரிக்கையுடனும் இருந்தால், நம்மை, எதிர்பாராத எந்த ஒரு அதிர்ச்சியளிக்கும் செயலும் தாக்காது.

கிருஷ்ணர் அர்ஜுனனிடம், நம் உடலே களம், அதைப்பற்றி முழுமையாக அறிந்து கொள்ள வேண்டும் என்றுக் கூறுகிறார். எவனொருவன் அவனது உடலைப் பற்றியும், அது எவ்வாறு செயல்படுகிறது என்பதையும் தெளிவாக அறிகிறானோ அவனே ஞானியாவான்.

கிருஷ்ணருடைய கூற்றுப்படி இதுவே ஒருவன் அடைய வேண்டிய முழுநிலை ஞானமாகும். களம் என்பது உடலுடன் மற்றக் கூறுகளான நிலம், நீர், நெருப்பு, காற்று வானம் ஆகிய பஞ்சபூதங்கள் ஆகும். ஒருவனது உடல் பிரபஞ்சத்திலுள்ள அனைத்தையும் மனதாலும் பத்து இந்திரியங்களாலும் தொடர்பு கொள்கிறது. அவைகளில் ஐந்து ஞான இந்திரியங்கள் (கண், காது, மூக்கு, நாக்கு, தோல்) ஐந்து கர்ம இந்திரியங்கள் (பேசுதல், தொடுதல், நடத்தல், கழிவுநீக்கம், இனப்பெருக்கம்) ஆகும். இவ்வுடலைப் பற்றியும், மனதைப் பற்றியும் முழுமையாக புரிந்து உணர்ந்து கொள்வதே ஒவ்வொருவரின் தலையாய கடமையாகும் என்று கிருஷ்ணர் கூறுகிறார்.

கிருஷ்ணர் அர்ஜுனனிடம் இந்த பிரபஞ்சத்தில் இரு நிலைகள் இருப்பதை நாம் அறிந்து கொள்ள வேண்டும். அவைகள் முறையே படைத்தவன் (புருஷ), படைக்கப்பட்டவன் (பிரக்ருதி) என்று கூறுகிறார். கீதையின் கூற்றுப்படி படைக்கப்பட்ட அனைத்துமே இயற்கையில் பெண் இயல்பு கொண்டது. எனவே அது தெய்வீகமான பெண் இயல்பு என்று அழைக்கப் படுகிறது. அதிலிருந்து தான் இயற்கையின் நிறைவான மற்றும் நிறைவற்ற குணங்களும் தோன்றின. இப்படிப் படைக்கப்பட்ட அனைத்தும் படைத்தவனைப் போல என்றும் அழியாத குணம் கொண்டவை. அதுபோல, அனைத்து உயிர்களும் தெய்வீகப் பெண் இயல்பின் கூறுகளாகும்.

எல்லா உடல்களிலும் பாகுபாடு இல்லாமல் ஜீவாத்மாவுடன் இணைந்து பரமாத்மாவைக் காண்பவனும், அழியக்கூடிய உடலினுள் இருக்கும் ஆத்மாவும், பரமாத்மாவும் அழிவடைவதில்லை என்பதை புரிந்துகொள்பவனுமே உண்மையில் அனைத்தையும் உணர்ந்தவன் ஆவான். வேகமாக சுழன்றடிக்கும் புயலின் மையப்புள்ளி எவ்வித சலனமுமில்லாமல் அமைதியாக இருக்கிறது என்பதுபோல இப்பிரபஞ்சத்தில் உள்ள எல்லாவிதமான அமைதியற்ற நிகழ்வுகளுக்கும் நடுவில் அமைதியே உருவான மாபெரும் சக்தியான பரம்பொருள் இருக்கிறார் என்று உணர்ந்தவன் ஆசையென்னும் தீயில் விழமாட்டான். அவனுக்கு இவ்வுலகில் மிக உயர்ந்த இடம் உள்ளது என்று கீதை கூறுகிறது.

அத்தியாயம் 13 : அறிந்தவர், களம் மற்றும் அதன் பிரிவுகள்

श्रीभगवानुवाच ।

इदं शरीरं कौन्तेय क्षेत्रमित्यभिधीयते ।

एतद्यो वेत्ति तं प्राहुः क्षेत्रज्ञ इति तद्विदः ॥ १३-२॥

ஸ்ரீபகவாநுவாச

இதம் ஶரீரம் கௌந்தேய க்ஷேத்ரமித்யபிதீயதே।

ஏதத்யோ வேத்தி தம் ப்ராஹு: க்ஷேத்ரஜ்ஞ இதி தத்வித: ‖ 13.2 ‖

(13.2) கிருஷ்ணர் கூறுகிறார்.
நம் உடலே களம், அதைப்பற்றி முழுமையாக அறிந்து கொள்ள வேண்டும். எவனொருவன் அவன் உடலைப் பற்றியும் அது எவ்வாறு செயல்படுகிறது என்பதையும் தெளிவாக அறிகிறானோ அவனே அனைத்தும் அறிந்தவன் ஆவான்.

तत्क्षेत्रं यच्च यादृक्च यद्विकारि यतश्च यत् ।

स च यो यत्प्रभावश्च तत्समासेन मे शृणु ॥ १३-४॥

தத்க்ஷேத்ரம் யச்ச யாத்ருக்ச யத்விகாரி யதஶ்ச யத்।

ஸ ச யோ யத்ப்ரபாவஶ்ச தத்ஸமாஸேந மே ஶ்ருணு ‖ 13.4 ‖

(13.4) களத்தைப் பற்றியும் அதன் பன்முகத்தன்மை, தோற்றம், இயற்கை, உள்ளார்ந்த குறைபாடுகள், மகிமைகள் ஆகியன பற்றியும் சொல்கிறேன் கேள்.

महाभूतान्यहङ्कारो बुद्धिरव्यक्तमेव च ।
इन्द्रियाणि दशैकं च पञ्च चेन्द्रियगोचराः ॥ १३-६ ॥

மஹாபூதாந்யஹங்காரோ புத்திரவ்யக்தமேவ ச ।
இந்த்ரியாணி தஶைகம் ச பஞ்ச சேந்த்ரியகோசரா: ॥ 13.6 ॥

(13.6) களம் என்பது அகங்காரமும், பஞ்ச பூதங்களும், மனதும், பத்து இந்திரியங்களில் ஐந்து கர்ம இந்திரியங்களான சுவை, தொடுதல், ஓசை, வாசனை, பார்வை மற்றும் ஒளியாகும்.

प्रकृतिं पुरुषं चैव विद्ध्यनादी उभावपि ।
विकारांश्च गुणांश्चैव विद्धि प्रकृतिसम्भवान् ॥ १३-२० ॥

ப்ரக்ருதிம் புருஷம் சைவ வித்த்யநாதி உபாவபி ।
விகாராம்ஶ்ச குணாம்ஶ்சைவ வித்தி ப்ரக்ருதிஸம்பவாந் ॥ 13.20 ॥

(13.20) படைத்தவனைப் போலவே பிரக்ருதியும் அழிவற்றது மற்றும் நித்தியமானது. அதிலிருந்துதான் இயற்கையின் எல்லா குணங்களும் மாற்றங்களும் தோன்றின.

समं सर्वेषु भूतेषु तिष्ठन्तं परमेश्वरम् ।
विनश्यत्स्वविनश्यन्तं यः पश्यति स पश्यति ॥ १३-२८ ॥

ஸமம் ஸர்வேஷு பூதேஷு திஷ்டந்தம் பரமேஶ்வரம் ।
விநஶ்யத்ஸ்வவிநஶ்யந்தம் ய: பஶ்யதி ஸ பஶ்யதி ॥ 13.28 ॥

(13.28) எல்லா உடல்களிலும் பாகுபாடு இல்லாமல் ஜீவாத்மாவுடன் இணைந்து பரமாத்மாவை காண்பவனும் அழியக்கூடிய உடலினுள் இருக்கும் ஆத்மாவும், பரமாத்மாவும் அழிவடைவதில்லை என்பதைப் புரிந்து கொள்பவனுமே உண்மையில் அனைத்தையும் உணர்ந்தவன் ஆவான்.

समं पश्यन्हि सर्वत्र समवस्थितमीश्वरम् ।
न हिनस्त्यात्मनात्मानं ततो याति परां गतिम् ॥ १३-२९ ॥

ஸமம் பஶ்யந்ஹி ஸர்வத்ர ஸமவஸ்திதமீஶ்வரம் ।

ந ஹிநஸ்த்யாத்மநாத்மாநம் ததோ யாதி பராம் கதிம் ॥ 13.29 ॥

(13.29) இப்பிரபஞ்சத்தில் எல்லா இடங்களிலும், எல்லா உயிரினங்களிலும் இறைவன் தான் இருக்கிறான் என்பதை உணர்ந்தவன் ஆசை என்னும் தீயில் விழமாட்டான். அவனுக்கு இவ்வுலகில் மிக உயர்ந்த இடம் உள்ளது.

பாடம் 14: மனிதனின் இயற்கையான மூன்று குணங்கள்

நாம் குழப்பமான குணம் மற்றும் சோம்பேறி குணம் இரண்டையும் கட்டுப்படுத்தவும், அமைதியான குணத்தை மேம்படுத்தவும் கற்றுக் கொள்ள வேண்டும்.

பாடம் 14 : அத்தியாயம் : 14

மனிதனின் இயற்கையான மூன்று குணங்கள்

கிருஷ்ணர் அர்ஜுனனிடம், மனிதனின் இயற்கையான மூன்று குணங்களை அறிந்து கொள்வதன் மூலம், நாம் மனிதனைப் பற்றி முழுமையாகப் புரிந்து கொள்ள முடியும். இயற்கையான மூன்று குணங்கள் முறையே ரஜாஸ் குணம் (குழப்பமான குணம்), தமாஸ் குணம் (சோம்பேறி குணம்) மற்றும் சத்வ குணம் (அமைதியான குணம்) என்று கூறினார்.

ஒருவனுக்கு ரஜாஸ் குணம் வெளிப்படும் பொழுது எந்தவொரு செயலையும் உணர்ச்சி பூர்வமாகவும், அமைதியில்லாமலும், விருப்பு வெறுப்புடனும், அதன்மீது பற்றுடனும், பேராசையுடனும் செய்வான். ரஜாஸ் குணம் மேலோங்கும் பொழுது பொருட்களை மேலும் மேலும் சேர்க்க வேண்டும் என்ற ஆசை ஏற்பட்டு அது கடைசியில் பேராசையாக முடியும். இந்த பேராசையே அனைத்து துன்பங்களையும் கொடுத்து, முடிவில் அவனுடைய ஆத்மாவை உலகபந்தத்தில் கட்டுப்படுத்துகிறது.

ஒருவனுக்கு தமாஸ் குணம் மேலோங்கும் பொழுது அவன் செயல்பாடுகளில் சோம்பேறித்தனம், மேம்போக்குநிலை, விழிப்பில்லாத நிலை, மந்த நிலை ஆகியன ஏற்படும். இக்குணத்தை உடையவர்கள் எந்த செயல்களையும் செய்யாமல், பெரும்பாலும் உறக்கத்திலேயே இருப்பார்கள். மேலும், அவர்களுக்குத் தற்பெருமையும், அறியாமையும் மேலோங்கி அழிந்து விடுவார்கள். இக்குணத்தினால் எவ்வித பயனும் இல்லை.

சத்வகுணம் மேலோங்கும் பொழுது அவர்கள் நல்லொழுக்கத்துடனும், தர்மசிந்தனையோடும், தூய்மையான எண்ணத்துடனும் செயல்களை உண்மையுடனும் செய்வார்கள். இத்தகைய குணம் படைத்தவர்கள் எவ்வித நோயுமின்றி, எப்பொழுதும் மகிழ்ச்சியாகவும், அமைதியாகவும் அதிக அறிவை வளர்த்துக் கொள்பவராகவும் இருப்பார்கள்.

நாம் நம்மைப்பற்றி அறியும்போது, நம்முள் இந்த மூன்று குணங்களும் (அவைகள் முறையே குழப்பமான குணம், சோம்பேறி குணம் மற்றும் அமைதி குணம்) இருப்பதை உணரலாம். அதில் சிலசமயம் ஏதாவது ஒரு குணம் மேலோங்கி நிற்கிறது. நாம் குழப்பமான குணம் மற்றும் சோம்பேறி குணம் இரண்டையும் கட்டுப்படுத்தவும் அமைதியான குணத்தை அதிகப் படுத்தவும் கற்றுக் கொள்ள வேண்டும்.

சத்வகுணம் உடையவன் உயர்ந்து மிகப்பெரிய நிலையை அடைவான். ரஜாஸ்குணம் உடையவன் எப்பொழுதும் மத்தியமாக இருந்து கீழ்நோக்கி செல்லாமல் இருப்பான். தமாஸ் குணம் உடையவன் மிகவும் கீழ்நோக்கிச் சென்று இழிவான நிலையை அடைவான்.

அர்ஜுனன் கிருஷ்ணரிடம் "எந்த அடையாளங்களால் ஒருவன் இந்த மூன்று குணங்களையும் கடந்து நிற்பவன் ஆகிறான்" என்று கேட்கிறான். அதற்கு பதில் அளித்த கிருஷ்ணர் இன்பத்தையும் துன்பத்தையும் சமமாக கருதுபவனும்; மண்ணையும், கல்லையும், பொன்னையும் சமமாகக் காண்பவனும்; நண்பனையும் எதிரியையும் சமமாக நடத்துபவனும் இந்த மூன்று குணங்களையும் முற்றிலும் கடந்து இறைநிலை அடைகிறான் என்று கூறுகிறார்.

அத்தியாயம் 14 : இயற்கையான மூன்று குணங்கள்

सत्त्वं रजस्तम इति गुणाः प्रकृतिसम्भवाः ।
निबध्नन्ति महाबाहो देहे देहिनमव्ययम् ॥ १४-५॥

ஸத்த்வம் ரஜஸ்தம இதி குணா: ப்ரக்ருதிஸம்பவா: ।
நிபத்நந்தி மஹாபாஹோ தேஹே தேஹிநமவ்யயம் ॥ 14.5 ॥

(14.5) சத்வகுணம், ரஜாஸ் குணம், தமாஸ் குணம் என்பவை இயற்கையான மூன்று குணங்கள் ஆகும். அர்ஜுனா, மனிதன் இயற்கையோடு தொடர்பு கொள்ளும்

போது உடலின் ஆளுமை இந்த குணங்களால் கட்டுப்படுத்தப்படுகின்றன.

तत्र सत्त्वं निर्मलत्वात्प्रकाशकमनामयम् ।
सुखसङ्गेन बध्नाति ज्ञानसङ्गेन चानघ ॥ १४-६॥

தத்ர ஸத்த்வம் நிர்மலத்வாத்ப்ரகாஶகமநாமயம்।
ஸுகஸங்கேந பத்நாதி ஜ்ஞாநஸங்கேந சாநக॥ 14.6॥

(14.6) சத்வ குணம் மேலோங்கும் பொழுது அவர்கள் நல்லொழுக்கத்துடனும், தர்ம சிந்தனையோடும், தூய்மையான எண்ணத்துடனும் செயல்களை உண்மையுடன் செய்வார்கள். மேலும், எவ்வித நோயுமின்றி, மகிழ்ச்சியாகவும், அமைதியாகவும் அதிக அறிவை வளர்த்துக் கொள்பவராகவும் இருப்பார்கள்.

रजो रागात्मकं विद्धि तृष्णासङ्गसमुद्भवम् ।
तन्निबध्नाति कौन्तेय कर्मसङ्गेन देहिनम् ॥ १४-७॥

ரஜோ ராகாத்மகம் வித்தி த்ருஷ்ணாஸங்கஸமுத்பவம்।
தந்நிபத்நாதி கௌந்தேய கர்மஸங்கேந தேஹிநம்॥ 14.7॥

(14.7) ரஜாஸ் குணம் மேலோங்கும் பொழுது, ஆசை என்னும் தீயில் விழுந்து, மிகவும் விருப்பத்துடனும், பேராசையுடனும் இருப்பார்கள். அர்ஜுனா, இவர்கள் பொருட்களின் மீது ஆசைப்பட்டு அவற்றின் மீது பற்றுதலோடு தனக்கே சேரவேண்டும் என்று நினைப்பவர்கள்.

तमस्त्वज्ञानजं विद्धि मोहनं सर्वदेहिनाम् ।
प्रमादालस्यनिद्राभिस्तन्निबध्नाति भारत ॥ १४-८॥

தமஸ்த்வஜ்ஞாநஜம் வித்தி மோஹநம் ஸர்வதேஹிநாம்।
ப்ரமாதாலஸ்யநித்ராபிஸ்தந்நிபத்நாதி பாரத॥ 14.8॥

(14.8) ஒருவனுக்கு தமாஸ் குணம் மேலோங்கும் பொழுது அவன் செயல்பாடுகளில் சோம்பேறித்தனம், மேம்போக்கு நிலை, விழிப்பில்லாத நிலை, மந்தநிலை ஆகியன ஏற்படும் இவர்கள் எந்த செயல்களையும் செய்யாமல் பெரும்பாலும் உறக்கத்திலேயே இருப்பார்கள்.

अर्जुन उवाच ।

कैर्लिङ्गैस्त्रीन्गुणानेतानतीतो भवति प्रभो ।

किमाचारः कथं चैतांस्त्रीन्गुणानतिवर्तते ॥ १४-२१॥

அர்ஜுந உவாச

கைர்லிங்கைஸ்த்ரீந்குணாநேதாநதீதோ பவதி ப்ரபோ ।

கிமாசார: கதம் சைதாம்ஸ்த்ரீந்குணாநதிவர்த்ததே ॥ 14.21 ॥

(14.21) அர்ஜுனன் வினவினான்
எந்த அடையாளங்களால் ஒருவன் இந்த மூன்று குணங்களையும் கடந்து நிற்பவன் ஆகிறான்? அவனுடைய நடத்தை எப்படிப்பட்டது? எப்படி இந்த மூன்று குணங்களையும் கடக்கிறான்? இறைவனே இந்த கேள்விகளுக்கு பதில் கூறுவாயாக.

श्रीभगवानुवाच ।

प्रकाशं च प्रवृत्तिं च मोहमेव च पाण्डव ।

न द्वेष्टि सम्प्रवृत्तानि न निवृत्तानि काङ्क्षति ॥ १४-२२॥

ப்ரகாஶம் ச ப்ரவ்ருத்திம் ச மோஹமேவ ச பாண்டவ ।

ந த்வேஷ்டி ஸம்ப்ரவ்ருத்தாநி ந நிவ்ருத்தாநி காங்க்ஷதி ॥ 14.22 ॥

(14.22) கிருஷ்ணர் பதிலளிக்கிறார்.
அர்ஜுனா அவன் சத்வாவின் அறிவான செயல்முறையாலும் ரஜாஸின் காரிய செயல்களாலும், தமாஸின் மயக்கத்திலும், விருப்பு வெறுப்பு இல்லாமல், இவைகள் அனைத்திலும் பற்றின்றி எல்லா செயல்களும் இயற்கையான செயல் என்று எண்ணுகிறவன்.

समदुःखसुखः स्वस्थः समलोष्टाश्मकाञ्चनः ।
तुल्यप्रियाप्रियो धीरस्तुल्यनिन्दात्मसंस्तुतिः ॥ १४-२४॥

ஸமது:கஸுக: ஸ்வஸ்த: ஸமலோஷ்டாஶ்மகாஞ்சந: ।
துல்யப்ரியாப்ரியோ தீரஸ்துல்யநிந்தாத்மஸம்ஸ்துதி: ॥ 14.24 ॥

(14.24) அவன் இன்பத்தையும் துன்பத்தையும் சமமாக கருதுபவனும், மண்ணையும் பொன்னையும் கல்லையும் சமமாக கருதுபவனும், நண்பனையும் எதிரியையும் சமமாக நடத்துபவனும் தன்னிலையில் நிற்பவனும் ஆவான்.

मानापमानयोस्तुल्यस्तुल्यो मित्रारिपक्षयोः ।
सर्वारम्भपरित्यागी गुणातीतः स उच्यते ॥ १४-२५॥

மாநாபமாநயோஸ்துல்யஸ்துல்யோ மித்ராரிபக்ஷயோ: ।
ஸர்வாரம்பபரித்யாகீ குணாதீத: ஸ உச்யதே ॥ 14.25 ॥

(14.25) அவன் மானத்தையும் அவமானத்தையும் சமமாக கருதுபவன், நண்பரையும் எதிரியையும் சமமாக நடத்துபவன். அவனுடைய அனைத்து செயல்களிலும் விருப்பங்கள் இல்லாமலும் இருப்பவன். அவனே இம்மூன்று குணங்களைக் கடந்தவனென்று சொல்லப் படுகிறான்.

பாடம் 15: படைப்பின் தெய்வீக நோக்கம்

இப்பிரபஞ்சம் தானாக தோன்றவில்லை. இறைவனால் ஒரு நோக்கத்துடன் உருவாக்கப்பட்டது. இவ்வுலகில் ஏராளமான முரண்பட்ட செயல்பாடுகளும், இயங்கும் முறைகளும் காணப்பட்டாலும் அவற்றில் எல்லாம் தெய்வீகத்தின் ஒழுங்குமுறை காணப்படுகிறது.

பாடம் : 15 அத்தியாயம் : 15

படைப்பின் தெய்வீக நோக்கம்

இந்த அத்தியாயத்தில் கிருஷ்ணர் தெய்வீகத் தன்மையுடைய இப்பிரபஞ்சம் எவ்வாறு தோன்றியது என்று விளக்கினார். இப்பிரபஞ்சம் திடீரென்றோ, தானாகவோ தோன்றவில்லை. அது இறைவனால் ஒரு நோக்கத்துடன் உருவாக்கப்பட்டது. இவ்வுலகில் ஏராளமான முரண்பட்ட செயல்பாடுகளும், இயங்கும் முறைகளும் காணப்பட்டாலும், அவற்றில் எல்லாம் தெய்வீகமான ஒழுங்குமுறை காணப்படுகிறது. அனைத்து ஜீவராசிகளும் இறைவனிடமிருந்துதான் தோன்றின. அவற்றின் உள்ளே உறைந்துள்ள ஆத்மா இறைவனின் மிகச்சிறிய துளியேயாகும்.

இப்பிரபஞ்சம் சூரியன், சந்திரன் மற்றும் பல கோடிக்கணக்கான நட்சத்திரங்களிடமிருந்து வெளிப்படும் ஒளியினால் மிகவும் ஜொலிப்புடன் காணப்படுகிறது. அந்த ஒளியும் அதன் தோற்றமும் இறைவனே. நெருப்பு ஜுவாலையிட்டு எரிவதற்கு காரணியான பிராணவாயுவும் அனைத்து உயிர்களுக்கும் உள்ளே இருக்கும் உயிர் சக்தியும் அதே இறைவனின் ஒரு பகுதியே.

இப்பிரபஞ்சத்திலுள்ள எல்லா வடிவங்களையும் அழிவுடையவை, அழிவற்றவை என இரண்டு வகையாகப் பிரிக்கலாம். அனைத்து ஜீவராசிகளும் முதல் வகையைச் சார்ந்தவை. அதேசமயம் தெய்வீகமானது எந்தவொரு அழிவுக்கும் அப்பாற்ப்பட்டது, மேலும் நித்தியமானது. அந்த தெய்வீகச் சக்தியைப் பழம்பெருமை வாய்ந்த வேதங்களும், உலகத்தில் உள்ள முனிவர்களும், கற்றுணர்ந்த ஞானிகளும் "உத்தம புருஷன்" என்று கொண்டாடுகின்றனர்.

அத்தியாயம் : 15 அழியாத பரமாத்மா

ममैवांशो जीवलोके जीवभूतः सनातनः ।
मनःषष्ठानीन्द्रियाणि प्रकृतिस्थानि कर्षति ॥ १५-७॥

மமைவாம்ஶோ ஜீவலோகே ஜீவபூத: ஸநாதந: ।
மந:ஷஷ்டாநீந்த்ரியாணி ப்ரக்ருதிஸ்தாநி கர்ஷதி ॥ 15.7 ॥

(15.7) அனைத்து ஜீவராசிகளும் என்னிடமிருந்துதான் தோன்றின. அவற்றின் உள்ளே உள்ள ஆத்மா என்னுடைய மிகச்சிறிய துளியேயாகும். எனது அம்சமே இயற்கையில் கலந்து மனது மற்றும் ஐந்து புலன்களை ஈர்க்கிறது.

यदादित्यगतं तेजो जगद्भासयतेऽखिलम् ।
यच्चन्द्रमसि यच्चाग्नौ तत्तेजो विद्धि मामकम् ॥ १५-१२॥

யதாதித்யகதம் தேஜோ ஜகத்பாஸயதேऽகிலம் ।
யச்சந்த்ரமஸி யச்சாக்நௌ தத்தேஜோ வித்தி மாமகம் ॥ 15.12 ॥

(15.12) இப்பிரபஞ்சம் முழுவதும் ஒளிரச் செய்தவன் நானே. சூரியனின், சந்திரனின், நெருப்பின் பிரகாசம் என்னிடமிருந்து வருகின்றன. இந்த ஒளியெல்லாம் என்னுடையவை என்பதை அறிந்து கொள்ளுங்கள்.

अहं वैश्वानरो भूत्वा प्राणिनां देहमाश्रितः ।
प्राणापानसमायुक्तः पचाम्यन्नं चतुर्विधम् ॥ १५-१४॥

அஹம் வைஶ்வாநரோ பூத்வா ப்ராணிநாம் தேஹமாஶ்ரித: ।
ப்ராணாபாநஸமாயுக்த: பசாம்யந்நம் சதுர்விதம் ॥ 15.14 ॥

(15.14) எல்லா உயிரினங்களின் உடம்புக்குள்ளே நெருப்பாக இருக்கும் உயிர் சக்தியும் நானே. உள் சுவாசக்காற்றுடன் வெளி சுவாசக்காற்றும் இணைந்து நான்கு வகையான உணவை செரிக்க வைக்கும் சக்தியும் நானே.

द्वाविमौ पुरुषौ लोके क्षरश्चाक्षर एव च ।
क्षरः सर्वाणि भूतानि कूटस्थोऽक्षर उच्यते ॥ १५-१६ ॥

த்வாவிமௌ புருஷௌ லோகே க்ஷரஶ்சாக்ஷர ஏவ ச ।
க்ஷர: ஸர்வாணி பூதாநி கூடஸ்தோऽக்ஷர உச்யதே ॥ 15.16 ॥

(15.16) இப்பிரபஞ்சத்தில் எல்லா வடிவங்களையும் அழிவுடையவை அழிவற்றவை என இரண்டு வகையாக பிரிக்கலாம். அனைத்து ஜீவராசிகளும் முதல் வகையை சார்ந்தவை. அதே சமயம் தெய்வீகமானது எந்தவொரு அழிவிற்கும் அப்பாற்பட்டது.

यस्मात्क्षरमतीतोऽहमक्षरादपि चोत्तमः ।
अतोऽस्मि लोके वेदे च प्रथितः पुरुषोत्तमः ॥ १५-१८॥

யஸ்மாத்க்ஷரமதீதோऽஹமக்ஷராதபி சோத்தம: ।
அதோऽஸ்மி லோகே வேதே ச ப்ரதித: புருஷோத்தம: ॥ 15.18 ॥

(15.18) அழிவுடையவர்கள், அழிவற்றவர்கள் ஆகிய இருவருக்கும் அப்பாற்பட்டு நான் திவ்வியமானவனாக இருப்பதால் என்னை உலகிலும் வேதங்களிலும் உத்தம புருசன் என்று கொண்டாடுகின்றனர்.

பாடம் 16: தெய்வீக மற்றும் அசுர குணங்கள்

அனைவரிடத்திலும் இரட்டைப் பண்புகளான தெய்வீக குணம் மற்றும் அசுர குணம் உள்ளது. ஒவ்வொருவரும் அவரவர் நடத்தையைப் பொறுத்து இவ்விரண்டு வகையில் ஏதேனும் ஒரு குணத்தை பெற்றிருப்பார்கள்.

பாடம் : 16 அத்தியாயம் : 16

தெய்வீக மற்றும் அசுர குணங்கள்

இவ்வுலகிலுள்ள அனைவரிடத்திலும் இரட்டை பண்புகளான தெய்வீக குணம் மற்றும் அசுர குணம் உள்ளது. ஒவ்வொருவரும் அவரவர் நடத்தையைப் பொறுத்து இவ்விரண்டு வகையில் ஏதேனும் ஒரு குணத்தை பெற்றிருப்பார்கள் எனக் கிருஷ்ணர் கூறுகிறார்.

மனிதர்கள் சமூக நிகழ்வுகள் அல்லது விழாக்களில் கலந்துக் கொள்ளும் பொழுது அவரவர் குணத்திற்கேற்ப ஒத்த மனது உள்ளவர்கள் ஒரே குழுவாக சேர்ந்து இருப்பதை நாம் காணலாம். ஒரு குழுவில் உள்ளவர்கள், நற்செயல்களை உண்மையோடும், தூய்மையோடும் செய்யவேண்டும் என்று தங்களுக்குள் உரையாடிக்கொண்டு இருப்பார்கள். தங்கள் நேரத்தை தங்களைத் தூய்மைப் படுத்திக் கொள்வதற்கு அர்ப்பணிப்பார்கள், கோபம் இல்லாமலும், உண்மையாகவும் அஹிம்சையை கடைப்பிடிப்பவர்களாகவும் இருப்பார்கள். மற்றவர்களிடம் குறைகாணமாட்டார்கள். எதற்கும் பேராசைப் படாமல் அமைதியாக இருப்பார்கள். அனைவர்மீதும் இரக்க குணம் கொண்டவர்கள். எப்பொழுதும் அடக்கத்துடனும், மென்மையானவர்களாகவும், தற்பெருமை அற்றவர்களாகவும், நடுநிலை வகிப்பவராகவும் உண்மையை வெளிப்படுத்துபவர்களாகவும் இருப்பார்கள். இத்தகைய மனிதர்களே தெய்வீக குணம் படைத்தவர்கள் எனக் கருதப்படுகின்றனர்.

மற்றொரு குழுவில் உள்ளவர்கள், தற்பெருமை பேசிக்கொண்டும், அகங்கார குணத்தோடும், பொறாமையோடும், ஆணவத்தோடும் இருப்பார்கள். ஒருவொருக்கொருவர் தங்களது திமிரையும் அகங்காரத்தையும் மேலும் அதிகரிக்கச் செய்து அதன் மூலம் ஆனந்தம் அடைவார்கள். இறைவனும், உண்மையும் பொய் என்றும், இந்த உலகம் தானாகத் தோன்றியது என்றும் இவ்வுலகிலுள்ள அனைத்தும் ஆசையினால் மட்டுமே

நடைபெறுகின்றன என்றும் எண்ணம் கொண்டவர்கள். ஆசை மூலம் இன்பத்தைத் துய்ப்பவர்கள். இவர்கள். எவ்வாறு செல்வத்தையும், அதிகாரத்தையும் அதிகரிப்பது என்பதைக் குறிக்கோளாகக் கொண்டவர்கள். காமம், குரோதம், பேராசை ஆகிவற்றின் பிடியில் சிக்கி நன்னடத்தையை மறந்தவர்கள். உண்மையையும், இறைவனையும் வெறுப்பவர்கள். இத்தகைய துரதிர்ஷ்டமான மனிதர்களே அரக்க குணம் கொண்டவர்கள் எனக் கிருஷ்ணர் கூறுகிறார்.

காமம், குரோதம், பேராசை ஆகியவை இருளுக்கும், அழிவிற்கும் எடுத்துச் செல்லும் மூன்று கதவுகளாகும். அசுரகுணம் கொண்டவர்கள் இந்த மூன்று கதவுகளுக்கு இடையில் சிக்கிக் கொள்கிறார்கள். ஆனால் தெய்வீக குணமுள்ளவர்கள் ஆசையைத் துறந்து, கோபம், காமம் இல்லாமலும், இவ்வுலக பந்நதங்களில் இருந்து விடுப்பட்டு மோட்சத்தை அடைவார்கள்.

அத்தியாயம் 16 : தெய்வீக மற்றும் அசுர குணங்கள்

श्रीभगवानुवाच ।

अभयं सत्त्वसंशुद्धिर्ज्ञानयोगव्यवस्थितिः ।

दानं दमश्च यज्ञश्च स्वाध्यायस्तप आर्जवम् ॥ १६-१॥

அபயம் ஸத்த்வஸம்ஶுத்திர்ஜ்ஞாநயோகவ்யவஸ்திதி: ।

தாநம் தமஶ்ச யஜ்ஞஶ்ச ஸ்வாத்யாயஸ்தப ஆர்ஜவம்॥ 16.1॥

(16.1) கிருஷ்ணர் கூறுகிறார்: உள்ளத்தூய்மையோடு அஞ்சாமை, அர்ப்பணிப்புடன் யோகாவில் ஈடுபடுதல், தன்னலமற்று அர்ப்பணம் செய்தல் புலன்களை கட்டுப்படுத்துதல், தவம் மற்றும் சாஸ்திரங்களைப் படித்தல் ஆகியவை நல்ல பண்புகளாகும்.

अहिंसा सत्यमक्रोधस्त्यागः शान्तिरपैशुनम् ।
दया भूतेष्वलोलुप्त्वं मार्दवं ह्रीरचापलम् ॥ १६-२॥

அஹிம்ஸா ஸத்யமக்ரோதஸ்த்யாக: ஶாந்திரபைஶுநம் ।
தயா பூதேஷ்வலோலுப்த்வம் மார்த்தவம் ஹ்ரீரசாபலம் ॥ 16.2 ॥

(16.2) கோபமில்லாமலும், அஹிம்சையை கடைப்பிடிப்பவர்களாகவும் உண்மையாகவும், மற்றவர்களிடம் குறை காணதவர்களாகவும், அமைதியானவராகவும், பேராசைப்படாமலும், உலகளாவிய இரக்கத்துடனும், அடக்கத்துடனும், மென்மையாகவும் இருக்கும் உறுதிப்பாடு கொண்டவர்கள் தெய்வீகத் தன்மையுடையவர்கள்.

तेजः क्षमा धृतिः शौचमद्रोहो नातिमानिता ।
भवन्ति सम्पदं दैवीमभिजातस्य भारत ॥ १६-३॥

தேஜ: க்ஷமா த்ருதி: ஶௌசமத்ரோஹோ நாதிமாநிதா ।
பவந்தி ஸம்பதம் தைவீமபிஜாதஸ்ய பாரத ॥ 16.3 ॥

(16.3) அர்ஜுனா, மனஉறுதி, மன்னிக்கும் தன்மை, தைரியம், பொறாமையின்மை, நடுநிலை வகித்தல், இத்தகைய குணங்களை உடையவர்கள் பிறப்பிலேயே தெய்வீக குணம் படைத்தவர்கள்.

दम्भो दर्पोऽभिमानश्च क्रोधः पारुष्यमेव च ।
अज्ञानं चाभिजातस्य पार्थ सम्पदमासुरीम् ॥ १६-४॥

தம்போ தர்ப்போऽபிமாநஶ்ச க்ரோத: பாருஷ்யமேவ ச ।
அஜ்ஞாநம் சாபிஜாதஸ்ய பார்த்த ஸம்பதமாஸுரீம் ॥ 16.4 ॥

(16.4) தற்பெருமை, அகங்காரம், பொறாமை, ஆணவம், கோபம், அறியாமை ஆகிய குணங்களோடு பிறப்பவர்கள் அசுரகுணம் படைத்தவர்கள்.

दैवी सम्पद्विमोक्षाय निबन्धायासुरी मता ।
मा शुचः सम्पदं दैवीमभिजातोऽसि पाण्डव ॥ १६-५॥

தைவீ ஸம்பத்விமோக்ஷாய நிபந்தாயாஸுரீ மதா ।
மா ஶுச: ஸம்பதம் தைவீமபிஜாதோऽஸி பாண்டவ ॥ 16.5 ॥

(16.5) தெய்வீக குணங்கள் மனிதவாழ்விலிருந்து விடுதலை தரக்கூடியவை. அசுர குணங்கள் உலக பந்தங்களில் கட்டுப்படுத்துபவை. அர்ஜுனா, கவலைப்படாதே, நீ தெய்வீக குணங்களைப் பெற்றிருக்கிறாய்.

प्रवृत्तिं च निवृत्तिं च जना न विदुरासुराः ।
न शौचं नापि चाचारो न सत्यं तेषु विद्यते ॥ १६-७॥

ப்ரவ்ருத்திம் ச நிவ்ருத்திம் ச ஜநா ந விதுராஸுரா: ।
ந ஶௌசம் நாபி சாசாரோ ந ஸத்யம் தேஷு வித்யதே ॥ 16.7 ॥

(16.7) அசுர குணங்கள் கொண்டவர்கள் சரியான செயலை அறியாதவர்கள், அறிவில்லாதவர்கள், சரியான பாதையை தேர்ந்தெடுக்கத் தெரியாதவர்கள், உண்மையில்லாதவர்கள், செயலில் விசுவாசம் இல்லாதவர்கள்.

असत्यमप्रतिष्ठं ते जगदाहुरनीश्वरम् ।
अपरस्परसम्भूतं किमन्यत्कामहैतुकम् ॥ १६-८॥

அஸத்யமப்ரதிஷ்டம் தே ஜகதாஹுரநீஶ்வரம் ।
அபரஸ்பரஸம்பூதம் கிமந்யத்காமஹைதுகம் ॥ 16.8 ॥

(16.8) அசுரகுணம் உடையவர்கள் கடவுள் இல்லை என்றும், இவ்வுலகம் பொய் என்றும் கூறுபவர்கள். இவ்வுலகம் தானாக தோன்றவில்லை என்றும், ஆசைதான் இவ்வுலகம் தோன்றக் காரணம் என்றும் கருதுபவர்கள்.

कामामाश्रित्य दुष्पूरं दम्भमानमदान्विताः ।
मोहाद्गृहीत्वासद्ग्राहान्प्रवर्तन्तेऽशुचिव्रताः ॥ १६-१० ॥

காமமாஶ்ரித்ய துஷ்பூரம் தம்பமாநமதாந்விதா: ।
மோஹாத்க்ருஹீத்வாஸத்க்ராஹாந்ப்ரவர்த்தந்தேऽஶுசிவ்ரதா: ॥ 16.10 ॥

(16.10) அசுரத்தன்மை உடையவர்கள் ஆணவத்துடனும், தனியாத தற்பெருமையுடனும், நான் என்னும் அகங்காரத்துடனும், நிறைவேறாத ஆசையுடனும், கெட்ட எண்ணங்களை கிரகித்துக் கொண்டும் இடைவிடாது சதி செய்பவர்கள்.

பாடம் 17: நம்பிக்கையும், இயற்கையான மூன்று குணங்களும்

சத்வ உணவுகள்

ரஜாஸ் உணவுகள்

தமாஸ் உணவுகள்

நாம் உண்ணும் உணவை அதன் சுவை, நமது விருப்பம், முன்னுரிமை ஆகியவற்றின் படி மூன்று வகைகளாகப் பிரிக்கலாம். அதன் இயற்கைத் தன்மையின் படி சத்வ, ரஜாஸ் மற்றும் தமாஸ் உணவு வகைகளாக பிரிக்கப்பட்டுள்ளது.

பாடம் : 17 அத்தியாயம் : 17

நம்பிக்கையும், இயற்கையான மூன்று குணங்களும்

"ஒருவன் வேதங்களைப் பின்பற்றாமல் தன் செயல்களை மிகுந்த பக்தியுடனும், அர்ப்பணிப்புடனும் செய்தால் அவன் எந்த குணத்தை உடைய மனிதனாவான்? சத்வகுணமா, ரஜாஸ்குணமா அல்லது தமாஸ் குணமா?" என்று அர்ஜுனன் கிருஷ்ணரிடம் கேட்டான்.

கிருஷ்ணர் அதற்கு கீழ்க்கண்டவாறு பதிலளித்தார். ஒவ்வொரு மனிதனிடமும் இந்த மூன்று குணங்களும் இணைந்தே காணப்படுகின்றன. இம்மூன்று குணங்களும் அனைவரிடமும் கலந்தே காணப்படுகிறது. இவற்றில் எந்தகுணம் ஆதிக்கம் செலுத்துகிறதோ அந்த குணத்தின்படி, அவனுடைய குண இயல்பும், நடத்தையும் வெளிப்படுகின்றன.

அதே மாதிரி அவனுடையை செயல்கள், தியாகங்கள் மற்றும் தொண்டு நடவடிக்கைகள் அனைத்தும் மூன்று குணங்களால் நிர்ணயிக்கப்படுகிறது. அதே மாதிரி நம்பிக்கையும் மூன்று வகைப்படும். ஒவ்வொருவருடைய நம்பிக்கையும் தனித்துவமானது. அது அவனுடைய இயற்கையான உள்ளுணர்வுப்படி அமையும். ஒருவனிடம் எவ்வகை நம்பிக்கை இருக்கிறதோ அதன்படியே அவனது வாழ்வும், நடத்தையும் நடைபெறும்.

நாம் உண்ணும் உணவை, அதன் சுவை, நமது விருப்பம், முன்னுரிமை ஆகியவற்றின்படி மூன்று வகைகளாகப் பிரிக்கலாம். அதன் இயற்கைத் தன்மையின் படி சத்வ, ரஜாஸ் மற்றும் தமாஸ் உணவு வகைகளாகப் பிரிக்கப்படுகிறது.

இயற்கையாகவே, உட்கொள்ளும் உணவே ஒருவனின் மன இயல்பையும், உடல் நலத்தையும் நேரடியாக கட்டுப்படுத்துகிறது. எனவே மாணவர்களாகிய நாம்,

எந்த வகையான உணவை உட்கொண்டால் நமது உடல் நோயில்லாமலும், மனக்கவலைகள் இல்லாமலும் இருக்குமென அறிந்துகொள்ள வேண்டும்.

சத்வ வகை உணவுகள் சதைப்பற்று உள்ளதாகவும், பசுமையானதாகவும், உடலுக்கு நலம் பயப்பவையாகவும் இருக்கின்றன. அவைகள் உடலுக்கு ஊட்டச்சத்தையும், சக்தியையும் அளிக்கின்றன. ஆகவே சத்வகுணம் உடையவர்கள் நீண்டகாலம் உடல்நலத்துடன் வாழ இத்தகைய உணவையே தேர்ந்தெடுப்பார்கள். ரஜாஸ் வகை உணவுகள் கசப்பு, உப்பு, காரம், துவர்ப்பு மற்றும் உடலில் நீர்ச்சத்து இழப்பு ஏற்படுத்தும் தன்மை கொண்டவையாகும். இந்த வகையான உணவுகளை உண்பவர்கள் எப்பொழுதும், மிகவும் குழப்பமான மனநிலையிலும், கவலையுடனும், ஏக்கத்துடனும் இருப்பார்கள். அவர்கள் அதிகமாக கவலைப்படுவதுடன் பெரும்பாலும் உடல்நலம் குன்றியும் இருப்பார்கள்.

தமாஸ் உணவு வகைகள் மிகவும் தரம் குறைந்தது. அது பெரும்பாலும் பழைய உணவாகவும், அழுகிய கெட்டுப்போன உணவாகவும் இருக்கும். தமாஸ்குண மனிதர்கள் மட்டுமே இவ்வகை உணவுகளை உட்கொள்வார்கள். மேலும் இவர்கள் மிருகங்களைப்போல எஞ்சிய உணவுகளை மிகவும் விரும்பி உண்பார்கள்.

இந்த மூன்று வகை உணவுகளில் சத்வவகை உணவுகள் மிகவும் சிறந்தவை என்பதால் இவ்வகை உணவை தேர்வு செய்வது சத்வகுணத்துடன் நமது செயல்களையும் மனதையும் எப்பொழுதும் இறைவனுக்கு அர்ப்பணிக்க உதவும். இந்த அணுகுமுறையே நம் வாழ்க்கையை மிகவும் உயர்வடையச் செய்யும்.

அத்தியாயம் 17 : நம்பிக்கையும், இயற்கையான மூன்று குணங்களும்

श्रीभगवानुवाच ।

त्रिविधा भवति श्रद्धा देहिनां सा स्वभावजा ।
सात्त्विकी राजसी चैव तामसी चेति तां शृणु ॥ १७-२॥

ஸ்ரீபகவாநுவாச

த்ரிவிதா பவதி ஶ்ரத்தா தேஹிநாம் ஸா ஸ்வபாவஜா ।
ஸாத்த்விகீ ராஜஸீ சைவ தாமஸீ சேதி தாம் ஶ்ருணு ॥ 17.2 ॥

(17.2) கிருஷ்ணர் பதிலளிக்கிறார்
ஒவ்வொரு மனிதனிடமும் சத்வகுணம், ரஜாஸ் குணம், தமாஸ் குணம் என்ற மூன்று குணங்களும் இணைந்தே காணப்படுகின்றன. இவற்றில் எந்தக் குணம் ஆதிக்கம் செலுத்துகிறதோ அந்தக் குணத்தின்படி, அவனுடைய குண இயல்பும், நம்பிக்கையும் வெளிப்படுகின்றன.

सत्त्वानुरूपा सर्वस्य श्रद्धा भवति भारत ।
श्रद्धामयोऽयं पुरुषो यो यच्छ्रद्धः स एव सः ॥ १७-३॥

ஸத்த்வாநுரூபா ஸர்வஸ்ய ஶ்ரத்தா பவதி பாரத ।
ஶ்ரத்தாமயோऽயம் புருஷோ யோ யச்ச்ரத்த: ஸ ஏவ ஸ: ॥ 17.3 ॥

(17.3) ஒவ்வொருவருடைய நம்பிக்கையும் தனித்துவமானது. அது அவனுடைய இயற்கையான உள்ளுணர்வுப்படி அமையும். எவ்வகை நம்பிக்கை இருக்கிறதோ, அதன்படியே அவனது வாழ்வும் நடத்தையும் நடைபெறும்.

आहारस्त्वपि सर्वस्य त्रिविधो भवति प्रियः ।
यज्ञस्तपस्तथा दानं तेषां भेदमिमं शृणु ॥ १७-७॥

ஆஹாரஸ்த்வபி ஸர்வஸ்ய த்ரிவிதோ பவதி ப்ரிய: ।
யஜ்ஞஸ்தபஸ்ததா தாநம் தேஷாம் பேதமிமம் ஶ்ருணு ॥ 17.7 ॥

(17.7) நாம் விரும்பி உண்ணும் உணவை அதன் இயற்கை குணங்களின்படி மூன்று வகைகளாகப் பிரிக்கலாம். அதே மாதிரி யாகமும், தவமும், தானமும் மூன்று வகைப்படும். கேள்! அதை நான் விளக்குகிறேன்.

आयुःसत्त्वबलारोग्यसुखप्रीतिविवर्धनाः ।
रस्याः स्निग्धाः स्थिरा हृद्या आहाराः सात्त्विकप्रियाः ॥ १७-८॥

ஆயு: ஸத்த்வபலாரோக்யஸுகப்ரீதிவிவர்த்தநா: ।
ரஸ்யா: ஸ்நிக்த்தா: ஸ்திரா ஹ்ருத்யா ஆஹாரா: ஸாத்த்விகப்ரியா: ॥ 17.8 ॥

(17.8) சத்வ வகை மனிதர்கள் கீழ்க்கண்ட உணவுகளை விரும்புகின்றனர். சத்வ உணவுகள் உடலுக்கு ஊட்டச் சத்தையும், சக்தியையும், நீண்ட ஆயுளையும் தருகின்றன. அவை சதைப்பற்று உள்ளதாகவும், பசுமையானதாகவும், உடலுக்கும், மனதுக்கும் நலம் தருவதாகவும் இருக்கின்றன. சத்வ குணத்தவருக்கு இவைகள் மிகவும் பிடித்தமான உணவு வகைகள்.

कट्वम्ललवणात्युष्णतीक्ष्णरूक्षविदाहिनः ।
आहारा राजसस्येष्टा दुःखशोकामयप्रदाः ॥ १७-९॥

கட்வம்லலவணாத்யுஷ்ணதீக்ஷ்ணரூக்ஷவிதாஹிந: ।
ஆஹாரா ராஜஸஸ்யேஷ்டா து:கஶோகாமயப்ரதா: ॥ 17.9 ॥

(17.9) ரஜாஸ் வகை உணவுகள் கசப்பு, உப்பு, புளிப்பு, காரம் மற்றும் உடலில் நீர்ச்சத்து இழப்பு ஏற்படுத்தும் தன்மை கொண்டவையாகும். இந்த வகையான உணவுகள் உண்பவர்களுக்கு கவலையும், நோயும், சோகமும் உண்டாகும். இது அவர்களது உடல்நலத்தை பாதிப்படையச் செய்கிறது.

यातयामं गतरसं पूति पर्युषितं च यत् ।
उच्छिष्टमपि चामेध्यं भोजनं तामसप्रियम् ॥ १७-१०॥

யாதயாமம் கதரஸம் பூதி பர்யுஷிதம் ச யத்।

உச்சிஷ்டமபி சாமேத்யம் போஜநம் தாமஸப்ரியம்॥ 17.10॥

(17.10) தமாஸ் குணமுடையவர்கள் வக்கிரபுத்தியுடன் குளிச்சியான, பழைய மற்றும் கெட்டுப்போன உணவுகளை விரும்பி உண்ணுபவர்கள். தமாஸ் வகை உணவுகள் துர்நாற்றமுடைய, சுவையற்ற மற்றும் அழுகிப்போன புளிப்புள்ள உணவுப்பொருளாகும். மேலும், இவர்கள் மிருகங்களைப் போல எஞ்சிய உணவுகளை விரும்பி உண்ணுபவர்கள்.

दातव्यमिति यद्दानं दीयतेऽनुपकारिणे ।

देशे काले च पात्रे च तद्दानं सात्त्विकं स्मृतम् ॥ १७-२०॥

தாதவ்யமிதி யத்தாநம் தீயதேऽநுபகாரிணே।

தேஶே காலே ச பாத்ரே ச தத்தாநம் ஸாத்த்விகம் ஸ்ம்ருதம்॥ 17.20॥

(17.20) சத்வ வகை தானம் என்பது, எதிர்பார்ப்பு எதுவும் இல்லாமல் சரியான நேரத்தில், முறையான இடத்தில் பெறுபவரின் முன்னேற்றத்திற்காக கொடுக்கப்படும் தானமாகும். இந்த தானமே முழுமையடையும் தானமாகும்.

பாடம் 18: சாதி சமத்துவமும், மோட்சம் அடைதலும்

கீதையில் கூறியபடி, மனிதனின் சாதி அவனுடைய குணத்தினால் தான் நிர்ணயிக்கப்படுகிறது, பிறப்பினால் அல்ல. அனைத்து நான்கு சாதிகளும் சமமானவையே. அவற்றில் எதுவும் மற்றதை விட உயர்வானது அல்லது தாழ்வானது என்ற பாகுபாடு இல்லை.

பாடம் : 18 அத்தியாயம் : 18

சாதி சமத்துவமும், மோட்சம் அடைதலும்

பகவத்கீதையின் 18-வது மற்றும் கடைசி அத்தியாயம் ஒருவன் மோட்சம் அடைவதன் முக்கியத்துவத்தை, அதாவது இந்த உலக வாழ்விலிருந்து விடுதலை அடைந்து சுதந்திரமாவதைப் பற்றி விவரிக்கிறது.

கிருஷ்ணர் அர்ஜுனனிடம் ஒருவன் தன் கடமைகளைச் சரிவரச் செய்வதன் மூலமே மோட்சத்தை அடைய முடியும். அவனுடைய கடமைகளைத் துறப்பவனால் அதை அடைய முடியாது என்று கூறினார். மேலும் நம் செயல்களில் பற்றுதலின்றி செய்தால் நாம் மோட்சத்தை அடையவும், சந்தோசமான வாழ்க்கையை அனுபவிக்கவும் முடியும் என்று கிருஷ்ணர் கூறினார்.

ஒவ்வொருவரும் அவரவர் தனித்தன்மைக்கு ஏற்ப அவருக்கு மிகவும் சாதகமான வழியைத் தேர்ந்தெடுத்து செயல்களைச் சுதந்திரமாக செய்யலாம். ஏனென்றால் அவர்கள் சம்மந்தப்பட்ட தனித்தன்மை மூலம் செயல்களைச் செய்தால் அவர்கள் அதை முழுநிறைவுடன் செய்து முடிக்கலாம் என்று கிருஷ்ணர் அர்ஜுனனிடம் கூறினார்.

மனிதனின் வாழ்க்கை முறையை, அவன் எத்தகைய இயல்புடன் இவ்வுலகில் பிறந்தான் என்பதே தீர்மானிக்கிறது. இவ்வுலகில் மனிதர்கள் அவர்தம் குணத்திற்கேற்ப நான்கு வகை சாதி அல்லது வர்ணங்களாகப் பிரிக்கப்டுகிறார்கள். கீதையில் கூறியபடி, மனிதனின் சாதி அவனுடைய குணத்தினால்தான் நிர்ணயிக்கப்படுகிறது. பிறப்பினால் அல்ல. அனைத்து சாதிகளும் சமமானவையே அவற்றில் எதுவும் மற்றதைவிட உயர்வானது அல்லது தாழ்வானது என்ற பாகுபாடு இல்லை.

ஒருவன் நிபுணத்துவம் அடைவதற்கு எந்த வழியை பின்பற்றலாம் என்பதற்கான பண்புகளைப் பற்றி கிருஷ்ணர் அர்ஜுனனுக்கு விளக்கினார். உலகில் முன்னனியிலுள்ள

தொழில் ஆலோசகர்களும், உளவியல் நிபுணர்களும் குழந்தைகளின் இயல்புகளின் தன்மைக்கேற்ப அவர்களுக்குத் தேவையான தொழிலையோ அல்லது அது சார்ந்த படிப்புத் தேர்வையோ அறிவுறுத்துவார்கள்.

இயல்பிலேயே அமைதியான குணமுடையவர்கள், தனக்கேற்ற அமைதியான, மென்மையான வழியை பின்பற்றுவர். இம்மாதிரி மென்மையாகவும், அமைதியான குணங்களுடனும், உண்மையையும் இறை ஞானத்தையும் அறிந்துக்கொள்ள ஆர்வத்துடன் செயல்படுபவர்களே பிராமணர்கள் என அழைக்கப்படுவார்கள்.

இயல்பிலேயே, தலைமைப் பண்புகள், போர்க்குணம் மற்றும் வீரதிரச் செயல்களில் ஈடுபடும் குணமுடையர்வகள் அவர்களுக்குப் பிடித்தமான இராஜபரிபாலனத் துறையை தேர்ந்தெடுப்பார்கள். அவர்கள் சத்திரியர்கள் என்று அழைக்கப்படுவார்கள்.

வர்த்தகம், வணிக மேலாண்மை, நுண்கலை மற்றும் விவசாயம் ஆகிய துறைகளில் திறமையானவர்கள். அவர்கள் நிபுணத்துவம் கொண்ட அந்தந்த துறைகளில் ஈடுபாடு கொண்டு செயலாற்றுவார்கள். அவர்கள் வைசியர்கள் என்று அழைக்கப்படுவார்கள்.

நான்காவது வகையச் சேர்ந்தவர்கள் சிறப்புத்தன்மை வாய்ந்தவர்கள். அவர்கள் உன்னத இதயம் படைத்தவர்கள். உழைப்பாளிகள், மனிதகுலம் மேம்பாடு அடைய உதவுபவர்கள். அவர்கள் சூத்திரர்கள் என அழைக்கப்படுவார்கள்.

மிகவும் துரதிர்ஷ்டமான செய்தியாதெனில், கிருஷ்ணர் தெளிவாகவும், நேரடியாகவும் கூறிய இந்த செய்தியை யாரும் சரியாகப் புரிந்து கொள்ளவில்லை. நமது நாட்டில் சில பகுதிகளில், சாதியின் அடிப்படையில் மனிதர்கள் பாகுபாடு படுத்தப்பட்டு, பிறப்பின் மூலமே சாதியை நிர்ணயித்து அவற்றில் ஒன்றிலிருந்து மற்றொன்று உயர்வு மற்றும் தாழ்வு நிலையை உடையது என்றும் கருதுகின்றனர். இது துரதிர்ஷ்டவசமானது.

உலக மாணவர்களாகிய நாம் விசாலமான மனதுடன் கிருஷ்ணரின் கூற்றுப்படி சாதிரீதியான பாகுபாடுகளை ஊக்குவிக்காமல் அனைவரையும் சமநோக்குடன் மரியாதை செய்யவேண்டும். ஏனென்றால் எல்லா ஜீவராசிகளுக்குள்ளும் இறைவன் தான் உறைந்துள்ளார் என்று கிருஷ்ணர் அறிவுறுத்தியுள்ளார். இதை நாம் உணர்ந்து கொள்ள வேண்டும்.

கீதையின் வழிக்காட்டலின்படி நாம் நமது மேலோங்கிய குணத்திற்குகேற்ப நமது வாழ்க்கை மற்றும் தொழில் செய்யும் வழிகளைத் தேர்ந்தெடுத்துக்கொண்டு நமது திறமைகளை வளர்த்துக் கொள்ள வேண்டும். இதன் மூலம் நாம் உண்மையிலேயே சுதந்திரமாக இந்த உலகத்தை சிறந்த இடத்திற்கு கொண்டு செல்ல முடியும்.

இந்த அத்தியாயத்தின் முடிவில் கிருஷ்ணர் அர்ஜுனனிடம் "நான் உபதேசித்த கீதை முழுவதையும் மனதை ஒருமுகப்படுத்திக் கேட்டாயா? உன் மனதிலுள்ள குழப்பமும், கவலையும் நீங்கியதா?" எனக் கேட்டார். கடைசியில், கிருஷ்ணர் அர்ஜுனனின் விருப்பப்படி அவனுடைய செயல்களைச் செய்து கொள்ளுமாறு கூறுகிறார். ஆனால் விவேகமும், மிகுந்த தைரியமும் உள்ள சீடனாகிய அர்ஜுனன் உடனே கிருஷ்ணருக்கு கீழ்க்கண்டவாறு பதிலளிக்கிறார்.

"என்னுடைய மாயை அழிந்தது, என்னுடைய நினைவு திரும்பியது. கிருஷ்ணா உன்னுடைய கருணையே என்னை இவ்வாறு மாற்றியது. நான் எல்லா சந்தேகங்களிலிருந்தும் விடுபட்டு தற்பொழுது உறுதியுடன் இருக்கிறேன். உங்களது பொன்னான உபதேசத்தின்படி என் செயல்களைச் செய்வேன்"

நண்பர்களே, பகவான் கிருஷ்ணர் குறிப்பிட்டபடி நானும் உங்களிடம் சில கேள்விகளைக் கேட்க விரும்புகிறேன். கீதையில் நீங்கள் படித்ததையும், அதைப் பற்றி கேட்டறிந்ததையும் விரும்புகிறீர்களா? மனிதகுலம் உயர்வதற்காக இவ்வுலகம் விரும்பும் சாதனையாளராக மாறுவதற்கு நீங்கள் முயற்சிப்பீர்களா?

நான் அதை உங்கள் விருப்பத்திற்கே விட்டு விடுகிறேன். நீங்கள் தேர்ந்தெடுக்கும் அந்தந்த வழிகள் அனைத்திலும் வெற்றிபெற இறைவனிடம் பிரார்த்தனை செய்கிறேன்.

அத்தியாயம் 18 : உலக வாழ்விலிருந்து விடுபடுதல்

श्रीभगवानुवाच ।

काम्यानां कर्मणां न्यासं संन्यासं कवयो विदुः ।
सर्वकर्मफलत्यागं प्राहुस्त्यागं विचक्षणाः ॥ १८-२॥

ஸ்ரீபகவாநுவாச

காம்யாநாம் கர்மணாம் ந்யாஸம் ஸந்ந்யாஸம் கவயோ விது:।
ஸர்வகர்மபலத்யாகம் ப்ராஹுஸ்த்யாகம் விசக்ஷணா:॥ 18.2॥

(18.2) கிருஷ்ணர் கூறுகிறார்
சான்றோர்கள் ஆசையோடு கூடிய அனைத்து செயல்களையும் துறப்பதை சந்நியாசம் என்று அழைத்தனர். ஆனால், செயல்களின் பலன்களை எதிர்பார்க்காமல் பற்றின்றி செய்வதே தியாகமாகும் என்று ஞானிகள் கூறினர்.

कार्यमित्येव यत्कर्म नियतं क्रियतेऽर्जुन ।
सङ्गं त्यक्त्वा फलं चैव स त्यागः सात्त्विको मतः ॥ १८-९॥

கார்யமித்யேவ யத்கர்ம நியதம் க்ரியதேऽர்ஜுந।
ஸங்கம் த்யக்த்வா பலம் சைவ ஸ த்யாக: ஸாத்த்விகோ மத:॥ 18.9॥

(18.9) ஒழுங்குபடுத்தப்பட்ட சரியான செயல்களை எவ்வித பலனையும் எதிர்பார்க்காமல், பற்றுதலின்றிக் கடமை உணர்வோடு தினந்தோறும் தன் செயல்களை செய்வது சத்வ வகை துறவறமாகும்.

नियतं सङ्गरहितमरागद्वेषतः कृतम् ।
अफलप्रेप्सुना कर्म यत्तत्सात्त्विकमुच्यते ॥ १८-२३॥

நியதம் ஸங்கரஹிதமராகத்வேஷத: க்ருதம் ।
அபலப்ரேப்ஸுநா கர்ம யத்தத்ஸாத்த்விகமுச்யதே ॥ 18.23 ॥

(18.23) எந்தவொரு செயலையும் சரியான முறையில் விருப்பு வெறுப்பின்றி, பற்றின்றி, பலன்களை எதிர்பார்க்காமல் செயல்களைச் செய்பவர்கள் சத்வ குணத்தவர்கள்.

ब्राह्मणक्षत्रियविशां शूद्राणां च परन्तप ।
कर्माणि प्रविभक्तानि स्वभावप्रभवैर्गुणैः ॥ १८-४१ ॥

ப்ராஹ்மணக்ஷத்ரியவிஶாம் ஶூத்ராணாம் ச பரந்தப ।
கர்மாணி ப்ரவிபக்தாநி ஸ்வபாவப்ரபவைர்குணை: ॥ 18.41 ॥

(18.41) மனிதர்கள் எத்தகைய மனப்பான்மை மற்றும் பண்புகளின் இயல்புடன் இவ்வுலகில் பிறந்தார்கள் என்பதைப் பொறுத்து நான்கு வகை பிரிவுகளாக பிரிக்கப்படுகிறார்கள். அவைகள் முறையே: பிராமணர்கள், சத்திரியர்கள், வைசியர்கள் மற்றும் சூத்திரர்கள்.

शमो दमस्तपः शौचं क्षान्तिरार्जवमेव च ।
ज्ञानं विज्ञानमास्तिक्यं ब्रह्मकर्म स्वभावजम् ॥ १८-४२॥

ஶமோ தமஸ்தப: ஶௌசம் க்ஷாந்திரார்ஜவமேவ ச ।
ஜ்ஞாநம் விஜ்ஞாநமாஸ்திக்யம் ப்ரஹ்மகர்ம ஸ்வபாவஜம் ॥ 18.42 ॥

(18.42) தவம் செய்தல், சகிப்புத் தன்மை, அறிவைத் தேடுதல் சுயக்கட்டுப்பாடு, உறுதியான விடாமுயற்சி, அமைதியான குணம், தூய மனம், நலலெண்ணம், நேர்மை, பொறுமை ஆகிய தன்மைகள் பிராமணர்களுக்குக் காணப்படும்.

शौर्यं तेजो धृतिर्दाक्ष्यं युद्धे चाप्यपलायनम् ।
दानमीश्वरभावश्च क्षात्रं कर्म स्वभावजम् ॥ १८-४३॥

ஶௌர்யம் தேஜோ த்ருதிர்த்தாக்ஷ்யம் யுத்தே சாப்யபலாயநம் ।
தாநமீஶ்வரபாவஶ்ச க்ஷாத்ரம் கர்ம ஸ்வபாவஜம் ॥ 18.43 ॥

(18.43) வீரம், அதிக உற்சாகம், வலுவான உடல் திறன், போரில் தைரியம், மன உறுதி, துணிச்சல், பிறர்நலம் விரும்புதல், கொடை, ஆளும் திறமை ஆகியவை சத்திரியர்களின் இயல்புகள்.

कृषिगौरक्ष्यवाणिज्यं वैश्यकर्म स्वभावजम् ।
परिचर्यात्मकं कर्म शूद्रस्यापि स्वभावजम् ॥ १८-४४॥

க்ருஷிகௌரக்ஷ்யவாணிஜ்யம் வைஶ்யகர்ம ஸ்வபாவஜம் ।
பரிசர்யாத்மகம் கர்ம ஶூத்ரஸ்யாபி ஸ்வபாவஜம் ॥ 18.44 ॥

(18.44) விவசாயம், கால்நடை பராமரித்தல், வர்த்தகம், தொழில் மேலாண்மை மற்றும் கைத்தொழில் ஆகியன வைசியர்களின் தொழிலாகும். சூத்திரர்களுக்கு உள்ள ஒரே ஒரு நோக்கம் மனிதகுல மேம்பாட்டிற்குப் பாடுபடுவதே.

कच्चिदेतच्छ्रुतं पार्थ त्वयैकाग्रेण चेतसा ।
कच्चिदज्ञानसम्मोहः प्रनष्टस्ते धनञ्जय ॥ १८-७२॥

கச்சிதேதச்ச்ருதம் பார்த்த த்வயைகாக்ரேண சேதஸா ।
கச்சிதஜ்ஞாநஸம்மோஹ: ப்ரநஷ்டஸ்தே தநஞ்ஜய ॥ 18.72 ॥

(18.72) அர்ஜுனா, நான் சொல்வதை நீ ஒருமுகப்படுத்தப்பட்ட மனதுடன் கேட்டாயா? உன் மனதில் உள்ள குழப்பமும், கவலையும் நீங்கியதா? அர்ஜுனா உன்னுடைய அறியாமை அழிக்கப்பட்டதா?

अर्जुन उवाच ।

नष्टो मोहः स्मृतिर्लब्धा त्वत्प्रसादान्मयाच्युत ।
स्थितोऽस्मि गतसन्देहः करिष्ये वचनं तव ॥ १८-७३॥

நஷ்டோ மோஹ: ஸ்ம்ருதிர்லப்தா த்வத்ப்ரஸாதாந்மயாऽச்யுத ।
ஸ்திதோऽஸ்மி கதஸந்தேஹ: கரிஷ்யே வசநம் தவ ॥ 18.73 ॥

(18.73) அர்ஜுனன் பதிலளிக்கிறான்.

என்னுடைய மாயை அழிந்தது, என்னுடைய நினைவு திரும்பியது. உன் கருணையே என்னை இவ்வாறு மாற்றியது. நான் எல்லா சந்தேகங்களிலிருந்தும் விடுபட்டு தற்பொழுது உறுதியாக இருக்கிறேன். உங்களது பொன்னான உபதேசத்தின்படி என் செயல்களைச் செய்வேன்.